ஆடிய ஆட்டமென்ன
கிரிக்கெட் பற்றிய அனுபவப் பதிவுகள்

ஆடிய ஆட்டமென்ன

அசோகமித்திரன் (1931-2017)

இயற்பெயர் ஜ. தியாகராஜன். செகந்தராபாத்தில் பிறந்தார். மெஹ்பூப் கல்லூரியிலும் நிஜாம் கல்லூரியிலும் ஆங்கிலம், இயற்பியல், வேதியியல் படித்தார். தந்தையின் மறைவுக்குப் பின் இருபத்தொன்றாம் வயதில் குடும்பத்துடன் சென்னைக்குக் குடியேறினார். *கணையாழி* மாத இதழின் ஆசிரியராகப் பல ஆண்டுகள் பணியாற்றினார்.

1951முதல் தமிழிலும் ஆங்கிலத்திலும் எழுதினார். சிறுகதை, குறுநாவல், நாவல், கட்டுரை, விமர்சனம், சுய அனுபவப் பதிவு போன்ற பிரிவுகளில் அறுபது நூல்களுக்கு மேல் எழுதியிருக்கிறார். பல இந்திய மொழிகளிலும் சில ஐரோப்பிய மொழிகளிலும் இவரது நூல்கள் மொழிபெயர்க்கப்பட்டுள்ளன. 1973இல் அமெரிக்காவின் அயோவா பல்கலைக்கழகத்தின் எழுத்தாளர்களுக்கான சிறப்புப் பயிலரங்கில் கலந்துகொண்டவர்.

1996ஆம் ஆண்டு சாகித்திய அகாதெமி விருதுபெற்றார்.

அசோகமித்திரன் தனது 85ஆவது வயதில் சென்னையில் காலமானார்.

மனைவி: ராஜேஸ்வரி. மகன்கள்: தி. ரவிசங்கர், தி. முத்துக்குமார், தி. ராமகிருஷ்ணன்.

அசோகமித்திரனின்
பிற காலச்சுவடு வெளியீடுகள்

நாவல்

- ❖ 18வது அட்சக்கோடு (கிளாசிக் வரிசை)
- ❖ ஒற்றன் !
- ❖ யுத்தங்களுக்கிடையில் . . .
- ❖ மானசரோவர் (கிளாசிக் வரிசை)
- ❖ தண்ணீர் (கிளாசிக் வரிசை)
- ❖ கரைந்த நிழல்கள் (கிளாசிக் வரிசை)
- ❖ இந்தியா 1944-48
- ❖ இன்று
- ❖ ஆகாயத் தாமரை

சிறுகதை

- ❖ ஐந்நூறு கோப்பைத் தட்டுகள் (கிளாசிக் வரிசை)
- ❖ வாழ்விலே ஒரு முறை (முதல் சிறுகதைத் தொகுப்பு வரிசை)
- ❖ அழிவற்றது
- ❖ 1945இல் இப்படியெல்லாம் இருந்தது . . .
- ❖ இரண்டு விரல் தட்டச்சு
- ❖ அசோகமித்திரன் சிறுகதைகள் (முழுத் தொகுப்பு)
- ❖ அமானுஷ்ய நினைவுகள்

குறுநாவல்

- ❖ இன்ஸ்பெக்டர் செண்பகராமன்
- ❖ அசோகமித்திரன் குறுநாவல்கள் (முழுத் தொகுப்பு)
- ❖ மணல் (கிளாசிக் வரிசை)

கட்டுரை

- ❖ எரியாத நினைவுகள் (கிளாசிக் வரிசை)
- ❖ சில ஆசிரியர்கள் சில நூல்கள்
- ❖ படைப்புக் கலை
- ❖ ஒரு பார்வையில் சென்னை நகரம்

அசோகமித்திரன்

ஆடிய ஆட்டமென்ன

காலச்சுவடு பதிப்பகம்

அன்பார்ந்த வாசகருக்கு,

வணக்கம்.

காலச்சுவடு நூலை வாங்கியமைக்கு நன்றி.

நூலின் உள்ளடக்கம், உருவாக்கம், அட்டைப்படம் இன்ன பிற அம்சங்கள் பற்றிய உங்கள் கருத்துகளையும் ஆலோசனைகளையும் காலச்சுவடு வரவேற்கிறது. தகவல், எழுத்து, வாக்கியப் பிழைகள் தென்பட்டால் கட்டாயம் தெரிவித்து உதவுங்கள். நூல் தயாரிப்பில் கடும் குறைபாடு இருப்பின் மாற்றுப் பிரதி உங்களுக்குக் கிடைக்கக் காலச்சுவடு ஏற்பாடு செய்யும்.

மின்னஞ்சல்: **publisher@kalachuvadu.com**

காலச்சுவடு நாகர்கோவில் தலைமையகத்துக்கும் கடிதம் அனுப்பலாம்.

தங்கள்
எஸ்.ஆர். சுந்தரம் (கண்ணன்)
பதிப்பாளர் — நிர்வாக இயக்குநர்

ஆடிய ஆட்டமென்ன ◆ கட்டுரைகள் ◆ ஆசிரியர்: அசோகமித்திரன் ◆ © ராஜேஸ்வரி, தி. ரவிசங்கர், தி. முத்துக்குமார், தி. ராமகிருஷ்ணன் ◆ முதல் பதிப்பு: டிசம்பர் 2022 ◆ வெளியீடு: காலச்சுவடு பப்ளிகேஷன்ஸ் (பி) லிட்., 669, கே.பி. சாலை, நாகர்கோவில் 629001 ◆ கோட்டோவியங்கள்: ரமணன்

காலச்சுவடு பதிப்பக வெளியீடு: 1159

aaTiya aaTTamenna ◆ Essays ◆ Author: Ashokamithran ◆ © Rajeswari, T. Ravishankar, T. Muthukumar and T. Ramakrishnan ◆ Language: Tamil ◆ First Edition: December 2022 ◆ Size: Demy 1 x 8 ◆ Paper: 18.6 kg maplitho ◆ Pages: 88

Published by Kalachuvadu Publications Pvt. Ltd., 669, K.P. Road, Nagercoil 629001, India ◆ Phone: 91-4652-278525 ◆ e-mail: publications@kalachuvadu.com ◆ Illustrations: Ramanan ◆ Printed at Mani Offset, Chennai 600077

ISBN: 978-81-959781-6-8

12/2022/S.No. 1159, kcp 4013, 18.6 (1) 9ss

பொருளடக்கம்

ஹாட்ரிக் எடுத்தாலும் வெற்றி கிடையாது	9
லாங்க் விக்கெட் கீப்பர்	13
கான்பூரில் சதம்	17
கட்டிக்கொடுத்த சோறும் சொல்லிக்கொடுத்த ஆட்டமும்	20
ஒவ்வொரு நாளும் ஞாயிற்றுக்கிழமையல்ல!	24
யார் பாயைச் சுருட்டுவது?	28
பந்தும் மட்டையும்	32
பந்து என்ன பந்தோ?	36
யார் தலைவன்?	40
67!	44
ஹஸாரேக்குக் கிடைத்த அலவன்ஸ்!	49
போராட்டக் களம்!	54
'உடம்பைப் பார்த்துக்கொள்வது!'	58

இந்த நகரத்தில் திருடர்களே இல்லை!	61
'என்னைக் கண்டாலே ஓடுகிறார்கள்'	65
இரட்டைச் சதம் போட்ட இப்ராகிம்!	69
பத்துக்கு ஒன்பது	72
முதல் வெற்றி	76
நேரடி வர்ணனை	80

ஹாட்ரிக் எடுத்தாலும் வெற்றி கிடையாது

கிரிக்கெட் பற்றிக் கட்டுரைகள் எழுதுபவர்கள் அடிக்கடி பயன்படுத்தும் அர்த்தம் அதிகமில்லாத வாக்கியம்:

"கடைசிப் பந்து வீசப்படும் வரை வெற்றி தோல்வி பற்றிக் கூற முடியாது."

அப்படி இல்லை; பாதி ஆட்டத்திலேயே தொண்ணூறு சதவீதம் முடிவு தெரிய ஆரம்பித்துவிடும்.

எங்களுக்கு யார் என்னதென்று தெரியாது. அந்தக் குழுவுடன் மாட்ச் ஆட ஒத்துக்கொண்டு விட்டோம். அதில் சுந்தர்ராஜ் என்பவன்தான் தெரிந்த முகம். மற்றவர்கள் எல்லாரும் தெலுங்கு அல்லது உருது.

நல்ல வெயில். ஒரு மணி. நாங்கள்தான் முதலில் ஆட வேண்டும். யார் சொல்வதற்கும் காத்திராமல் வேணுவும் அலெக் ராஸும் ஆடப் போனார்கள்.

அலெக் ராஸ் சுமாராக ஆடுவான். எப்படியும் பத்து அல்லது பதினைந்து ரன்கள் எடுத்துவிடுவான். வேணு ஏன் மட்டையைத் தூக்கிக்கொண்டு போகிறான் என்று தெரியாது. நான் அந்தக் கோஷ்டியில் சேருவதற்கு முன்பே அவன்தான் முதல் பேட்ஸ்மேன், முதல் பந்து வீச்சாளன். நான் பெயருக்குத்தான் காப்டன்.

சுந்தர்ராஜ் எங்கள் கோஷ்டியிலேயே ஆடியிருக்கிறான். அவன் ஓடி வரும் அமர்க்களத்திற்குப் பந்து ஒன்றும் விசேஷமாக இருக்காது. ஆனால், அவனுக்கு அடுத்தபடி ஒரு பையன் பந்து வீச வந்தான். இரண்டாவது பந்திலேயே மாட்ச்சின் முடிவு எப்படி இருக்குமென்று தெரிந்துவிட்டது. அப்பையன் பெயர் ஹகீம். இடது கைப்பந்து வீச்சாளன் மிகவும் அடக்கமானவன். அவன் ஓடி வந்து பந்து வீசும் போதுகூட அந்த அடக்கம் தெரியும். அவன் அந்த வயதிலேயே, ஒவ்வொரு பந்தையும் தவறவிட்டால் அவுட் என்கிறபடிதான் போடுவான். ரஜாக்கர் காலம் என்று நாங்கள் வசித்த ஹைதராபாத் சமஸ்தானத்தில் சுமார் இரண்டாண்டுகள் இருந்தது. ஹகீம் மிக எளிய சூழ்நிலைப் பையனாகத்தான் இருக்க வேண்டும். அவன்

பெரிய தேசிய ஆட்டக்காரனாக வந்திருக்க வேண்டும். அப்படியெல்லாம் நடக்கவில்லை. அவன் எங்களுடன் ஆடிய மேட்சே அவன் கடைசியாக ஆடியதாக இருக்கலாம். அந்த நாளில் ஏழை முஸ்லிம் சிறுவர்கள் உருது மட்டும் படிப்பார்கள், அப்புறம் பிழைப்புக்கு டாங்கா (ஜட்கா) ஓட்டுவார்கள், தையற்காரர்கள் ஆவார்கள், அதிகம் போனால் நிஜாம் அரசில் சின்ன சம்பளத்திற்குப் 'பியூன்' ஆவார்கள்.

இரண்டாம் உலக யுத்தம், அதையடுத்து வந்த இந்தியச் சுதந்திரம், ஹைதராபாத் மன்னராக இருந்த நிஜாம் கால வெள்ளத்திற்கு எதிராகச் சென்ற பாதை இதெல்லாம் நான் அன்று வசித்த பிரதேசத்தின் மகத்தான ஆட்டக்காரர்களுக்கு தேசிய அளவில் எந்த அங்கீகாரமும் கிடைக்க முடியாது செய்துவிட்டன.

ஈ.பி. அய்பாரா என்றொரு ஆட்டக்காரர். அவர் சின்னக்கடை வைத்திருந்தார். சின்ன மோட்டார் கார் வைத்திருந்தார். அவர் ஹைதராபாத் கிரிக்கெட் கோஷ்டிக்குத் தலைவர். அவர் விரல் சொடக்குவது போல ஆடுவார். எழுபது ஆண்டுகளுக்கு முன்பு ஹைதராபாத் ரஞ்சி டிராபி கோப்பையை வென்றது. அய்பாரா கிட்டத்தட்ட ஒரே ஆட்டக்காரராக எதிர்க்கட்சியைத் தோற்கடித்ததாகப் பழைய வரலாறுகள் கூறுகின்றன. அதே போல குலாம் அகமது என்றொரு ஆட்டக்காரர். உலக யுத்தம், ரஜாக்கர் சூழ்நிலை எல்லாம் சேர்ந்து அவருடைய பொற்காலத்தில் அவருக்கு வாய்ப்புக் கிடைக்கவில்லை. தென்னிந்தியாவிலிருந்து வாய்ப்புப் பெற்ற ஒரே ஆட்டக்காரர் ரங்காச்சாரி. அவருக்கும் காலம் கடந்த பிறகுதான். இந்தியக் கோஷ்டி முதன்முறையாக ஆஸ்திரேலியாவுக்குச் சுற்றுப் பயணம் மேற்கொண்ட போது ரங்காச்சாரியைச் சற்றுத் தாமதமாகத்தான் அனுப்பிவைத்தார்கள். அவர் ஆஸ்திரேலியா போய்ச் சேர்ந்த அடுத்த நாளே விக்டோரியா என்ற மாநிலத்தோடு

நான்கு நாட்கள் மாட்ச். ரங்காச்சாரி எடுத்த எடுப்பிலேயே 'ஹாட்ரிக்'!

இர்ஃபான் பதானும் சில நாட்கள் முன்பு ஹாட்ரிக் எடுத்தார். அந்த ஆட்டத்தில் இந்தியா தோற்றுப் போயிற்று. ரங்காச்சாரி ஹாட்ரிக் எடுத்த ஆட்டத்தில் இந்தியா ஜெயிக்க முடியவில்லை.

தினமணி கதிர், 26.2.2006

லாங்க் விக்கெட் கீப்பர்

லாங்க் விக்கெட் கீப்பர் என்ற தகவல் எங்காவது கிடைக்குமா என்று பல கிரிக்கெட் நூல்களைப் பார்த்தேன். இல்லை. அப்படியென்றால், அது எங்களுடைய கண்டுபிடிப்பு.

வேணு என்ற பெயர் கொண்ட இளைஞன் எங்கள் கிரிக்கெட் குழுவின் துவக்க ஆட்டக்காரனாகவும் துவக்க பௌலராகவும் இருந்த மாதிரி எங்கள் குழுவின் விக்கெட் கீப்பர் ஹனுமந்த ராவ். நான் குழுவின் தலைவனானபோது என் தலைமைக்கு உட்படாதது என்று சில விஷயங்கள் இருந்தன. அதில் ஒன்று விக்கெட் கீப்பர் ஹனுமந்த ராவ்.

அந்த நாளில் ஓடவும் முடியாது, பந்து வீசவும் முடியாது என்றால் அந்தப் பையனை விக்கெட் கீப்பராகச் செய்துவிடுவார்கள். விக்கெட் கீப்பர், பேட்ஸ்மேன் அடிக்கத் தவறிய பந்துகளைத் தடுத்துப் பந்து வீசுபவனிடம் கொடுத்தால் போதும். ஹனுமந்த ராவ் ஐம்பது மீட்டர் பின்னால் நிற்பான். பந்து அவனிடம் சென்றடைவதற்கு முன், பேட்ஸ்மேன் எளிதாக ஒரு ரன் எடுத்து விட முடியும். இது ஹனுமந்த ராவ் பந்தைத் தடுத்து நிறுத்தினால். ஆனால் பந்து அதுவாக அவனிடம் சென்று நின்றால் ஒழிய அவனாகத் தடுக்க மாட்டான். அவனுக்குப் பின்னால் போய்விடும். பந்தைத் தடுத்துத் திருப்பித் தருவதற்குத்தான் லாங்க் விக்கெட் கீப்பர்.

விக்கெட் கீப்பராக இருப்பதற்காகவே பிறவி எடுத்த மாதிரி இருந்த ஹனுமந்த ராவ் போல, லாங்க் விக்கெட் கீப்பராகவே இருப்பதற்காகப் பிறந்தவன் ஜெயராம். உண்மையில் அவனைத்தான் விக்கெட் கீப்பர் என்று கூற வேண்டும். அவன் வயதிலும் உருவத்திலும் எல்லாரையும்விடச் சிறியவன். ஆதலால் அவனுக்கு ஆட்டம் கடைசியில்தான் கிடைக்கும். பௌலிங் கொடுத்தால் மிக நன்றாகப் போடுவான் பந்து காற்றில் மேலேபோய் மிக மெதுவாகக் கீழிறங்கும். கீழே விழுந்தவுடன் கபாலென்று திரும்பி விக்கெட் திசையில் விரையும். உண்மையில் ஜெயராமுக்குச் சரியான வாய்ப்புக் கிடைத்தால் அவன் இருக்கும் கோஷ்டி ஜெயிக்கக்கூடும். ஆனால் அவனுக்குச் சரியான கோஷ்டி கிடைக்கவில்லை. எங்கள் கோஷ்டியில்

வயதில் எல்லாருமே பெரியவர்கள். எல்லாரும் ‘பெரிய அண்ணாக்கள்’ தோரணையில்தான் நடந்துகொள்வார்கள்.

ஜெயராம் போல நான் இன்னொரு ஆட்டக்காரரை ஒரு ரஞ்சி டிராபி ஆட்டத்தில் பார்த்திருக்கிறேன். போட்டி ஹைதராபாத்துக்கும் மதராஸுக்கும். (அன்று தமிழ்நாட்டு அணி என்று கிடையாது. அதேபோலக் கர்நாடகா என்றும் கிடையாது. அந்த அணியின் பெயர் மைசூர் அணி. ஊர்களின் பெயர் கொண்ட இதர அணிகள்: பம்பாய், பரோடா.) முதல் இன்னிங்க்ஸில் இரண்டு கோஷ்டிகளுக்கும் பெரிய வித்தியாசம் இல்லை. பத்திருபது ரன்கள்தான். ஆனால் இரண்டாவது இன்னிங்க்ஸில் ஹைதராபாத் முன்னூறுக்கு மேல் எடுத்துவிட்டது. சிறு உடலும் சிறிய வயதும் உடைய ஒரு மதராஸ் பையன் நன்றாகவே பௌலிங் போட்டாலும், மதராஸால் முன்னூறு ரன்கள் எடுக்க முடியாது. குலாம் அகமது கால் மணிநேரத்திற்கு ஓர் ஆட்டக்காரரை அவுட் செய்துகொண்டிருந்தார். ஒன்பது விக்கெட்களும் விழுந்தபோது மதராஸ் நூறு ரன்களுக்கும் அதிகமாகப் பின் தங்கியிருந்தது.

கடைசி ஆட்டக்காரனாக அந்தச் சிறுவன் வந்தான். சரி, எல்லாம் ஓரிரு நிமிடங்களில் முடிந்துவிடும் என்றுதான் எல்லாரும் நினைத்திருக்க வேண்டும். இல்லை. அந்தப் பையன் குலாம் அகமதையும் நன்றாக ஆடினான். பரத்சந்த் என்ற வேகப்பந்துக்காரரையும் நன்றாக ஆடினான். ஹைதராபாத் ஆட்டக்காரர்களில் மிக நன்றாக ‘லெக்பிரேக்’ போடுபவர் என்ற பூபதியையும் நன்றாக ஆடினான்! முதலிலிருந்தே ஆடிக்கொண்டிருந்த சீனியர் ஆட்டக்காரருடன் சேர்ந்து இச்சிறுவன் 41 ரன்கள்வரை எடுத்துச்சென்றான். அப்போது அவுட்டாகிவிட்டான். ஹைதராபாத் ஜெயித்துவிட்டது. ஆனால் எல்லாரும் அச்சிறுவனிடம் கை குலுக்கினார்கள்.

சில ஆண்டுகள் கழித்துச் சென்னையில் பெரிய மோட்டார் கம்பெனிக்குப் போக நேர்ந்தபோது அங்கு பணிபுரிந்துகொண்டிருந்த ஒருவரை "நீங்கள் ஹைதராபாத் ரயில்வே மைதானத்தில் ரஞ்சி டிராபி ஆட்டம் ஆடினீர்களா" என்று கேட்டேன். ஆமாம். அவனேதான். அவன் பெயர் ரங்கநாதன். அவனைப் பற்றி ஒரு தனி அத்தியாயம் எழுத வேண்டும்.

தினமணி கதிர், 5.3.2006

கான்பூரில் சதம்

சென்ஸக்ஸ் குறியீட்டு எண் 5000 தொட்டது. 6000, 7000, 8000, 9000 வெகு சீக்கிரம் 10000 எட்டி விடும் என்கிறார்கள். இந்த எண் வணிக வளம், நாட்டு வளம், இரண்டையும் குறிக்கக்கூடியது. என் வரையில் இன்னும் இது ஒரு புதிராக இருக்கிறது.

எண் 9000 எட்டியபோதுதான் இன்னொரு செய்தியும் வந்தது. குளிரால் வட இந்தியாவில் 160 பேர் மரணம். வட இந்தியாவுக்குக் குளிர் காலத்தில் போக நேர்ந்த தென்னிந்தியர்கள் இரு விஷயத்தை தவறவிட முடியாது. ஒன்று, குளிரைக் கற்பனை செய்துகொள்ள முடியாது. இரண்டு, இந்தக் குளிரிலும் ஏழைச் சிறுவர்களும் சிறுமிகளும் அதிகாலையிலேயே தண்ணீர் பிடித்து வந்து, பாத்திரங்களைச் சுத்தம் செய்து, சமையலுக்கு ஏற்பாடு செய்யும் காட்சி. இதைப் பெரிய நகரங்களில் நடைபாதைகளில் பார்க்கலாம். நான் தலைநகரிலேயே பார்த்திருக்கிறேன். தெரிந்து 160 பேர் என்றால் தெரியாமல்

எவ்வளவு? உயிரை விடாமல் குளிரில் துடிதுடித்தவர்கள் எவ்வளவு ஆயிரம் – அல்ல – லட்சம் பேர் இருக்கும்? அவர்களுக்கு ஒரு கம்பளி ஏன் சாத்தியமில்லாமல் போயிற்று?

இந்த நேரத்தில்தான் இந்தியா–பாகிஸ்தான் முதல் கிரிக்கெட் டெஸ்ட் பந்தயம். பாகிஸ்தான் அறுநூறுக்கு மேல் எடுத்தாகிவிட்டது. இந்தியா ஆடத் தொடங்கி 65 ரன்கள். இரண்டாம் நாள் பாதி மழையில் யாரும் அவுட்டாகாமல் 250. அதற்கடுத்த நாள் மீண்டும் மழையில் யாரும் அவுட்டாகாமல் 400 சொச்சம்.

சிறுவர்களாக இருக்கும்போது ஒரு மாட்சில் சச்சின் டெண்டுல்கரும் வினோத் காம்ப்ளியும் ஐநூறு ரன்கள் எடுத்தார்களாம். இரண்டுபேரும் டெஸ்ட் ஆடத் தேர்ச்சி பெற்றார்கள். எனக்குத் தெரிந்து காம்ப்ளி அடுத்தடுத்த டெஸ்ட் மாட்சுகளில் இரட்டை சதம் எடுத்தார். இப்போது அவர் எங்கே?

இந்தியாவில் பல ஆட்டக்காரர்களுக்குப் பிரமாதமான ஆரம்பம் இருந்து வெகு சீக்கிரம் அவர்கள் மிகச் சாதாரணப் பந்தயங்களில்கூடச் சேர்க்கத் தகுதியில்லாதவர்களாகப் போய்விட்டிருக்கிறார்கள். தீபக் ஷொடான் என்பவர் முதல் டெஸ்ட் மாட்சிலேயே சதம் அடித்தார். ஹனுமந்த் சிங் என்பவரும் அதேபோல. இந்தியா ஆடிய முதல் டெஸ்ட் மாட்சிலேயே சதம் அடித்தவர் லாலா அமர்நாத். அதன் பிறகு சுமார் 15 மாட்சுகள் ஆடினார். ஆனால், அந்த ஒரு சதம்தான் அவருக்கு நேர்ந்தது. முதல் மாட்சிலேயே சதம் அடித்துப் பல ஆண்டுகள் பல சதங்கள் அடித்துப் பெயரும் புகழும் பெற்றவர் ஒருவர்தான். அவர் ஜி.ஆர். விசுவநாத். இவரும் முதல் இன்னிங்ஸில் பூஜ்யம். இரண்டாவது இன்னிங்ஸில்தான் சதம்.

விசுவநாத் அந்த முதல் சதம் அடித்த இடம் கான்பூர். கான்பூர் நான் சிறுவனாக இருந்தபோதே செருப்புகளுக்குப்

பெயர்போன இடம். அப்போது காலணி என்றால் தோலால் செய்யப்பட்டதுதான். தோல் வியாதிக்காரர்கள்தான் கான்வாஸ் ஜோடு அணிந்துகொள்வார்கள் என்றொரு பேச்சு இருந்தது. அதற்கு வெறுங்காலோடு போய்விடலாம். நான் படித்த கல்லூரியில் வெறுங்காலோடு போகலாம். ஆனால், கோட் அணிந்துகொள்ள வேண்டும். அன்றும் பேட்டா காலணிகள் உண்டு. மற்ற காலணிகளைவிட பேட்டா சிறிது கூடுதல் விலை.

கான்பூரில்தான் எனக்குத் தெரிந்த ஓர் எழுத்தாளரும் மொழிபெயர்ப்பாளரும் இருந்தார். தமிழர். ஆனால், பல ஆண்டுகளாகக் கான்பூரிலும் புதுடில்லியிலும் வசித்தவர். தமிழிலிருந்து இந்தியில் மொழிபெயர்க்க அவரைவிட்டால் வேறு யாரும் கிடையாது என்று அன்று கூறிக்கொள்வார்கள். அந்த மொழிபெயர்ப்பாளர் ஒருநாள் அவர் வீட்டிலேயே யாரோ வெளியார் இருவரால் படுகொலை செய்யப்பட்டார். அரசாங்கம் கண்டுகொள்ளவில்லை. இங்கே சென்னையில் இரங்கல் கூட்டமும் கண்டனக் கூட்டமும் போட்டோம். ராஜம் கிருஷ்ணன் போன்றவர்கள் பேசினார்கள். ஆனால், இந்த ஆண்டு குளிரில் இறந்தவர்கள்போல அவர் இறப்பும் ஒரு வெறும் எண்ணாயிற்று. ஒரு தமிழக அரசியல் கட்சியும் யாரையும் பதவி விலகு என்று கூறவில்லை. யாரும் இழப்பீடு கொடு என்று கூறவில்லை. கள்ளச்சாராயம் குடித்தவர்களுக்கு அமைச்சர்கள் 'ஆறுதல்' கூறிவிட்டு வருகிறார்கள். இழப்பீடு கொடு என்று வற்புறுத்துகிறார்கள். ஆனால், அந்த மொழிபெயர்ப்பாளரான குடும்பத் தலைவி படுகொலை செய்யப்பட்டபோது கொலைகாரர்களைக் கண்டுபிடியுங்கள் என்று கூட யாரும் குரலெழுப்பவில்லை. விசுவநாத் அவர் ஆடிய முதல் டெஸ்ட் மாட்சிலேயே சதம் அடித்தது கான்பூரில்தான். சதம். சவம்.

தினமணி கதிர், 12.3.2006

கட்டிக் கொடுத்த சோறும் சொல்லிக் கொடுத்த ஆட்டமும்

மேற்கிந்தியத் தீவுகளின் கிரிக்கெட் அணி இந்தியாவுக்கு முதன் முறையாக 1948 – 49இல் சுற்றுப்பயணம் மேற்கொண்டபோது இரு அணிகளிலும் சில பழைய வீரர்கள்

முற்றிலுமாக விலக வேண்டியிருந்தது. மேற்கிந்திய அணியில் ஜார்ஜ் ஹெட்லி (கறுப்பு பிராட்மன்), எஃப், பர்கூஸன் என்ற சுழற்பந்து வீச்சாளர் அந்த அணியில் சோபித்தார்கள். இந்திய அணியில் மகத்தான வீரர்களாக ரூஸி மோடி, விஜய் ஹஸாரே, ஓரளவுக்கு வினு மங்கட், ஹெமு அதிகாரி ஆகியோர் ஜொலித்தார்கள். மிகச் சிறப்பான எதிர்காலம் உடையவராக தத்து பட்கர் காணப்பட்டார். ஐந்தாவது டெஸ்ட் பந்தயம் ஒருக்கால் இன்னும் ஒரு நிமிடம் நீடித்திருந்தால் அவர் இந்தியாவுக்கு வெற்றி தந்திருப்பார். வாழ்க்கையில்தான் எவ்வளவு ஒருக்கால்கள்.

தத்து பட்கரை இன்னும் நல்ல ஆட்டக்காரராக மாற்ற அவருக்குப் பயிற்சி அளிக்க வேண்டும் என்று கிரிக்கெட் நிர்வாகம் முடிவு செய்தது. அதற்கு முன்பு இந்தியாவில் நன்றாக ஆடியவர்கள் எல்லாரும் அவர்களுடைய ஊரில் அல்லது மாநிலத்தில் இருந்தவர்களுக்கு அவர்களுக்குத் தெரிந்த ஆட்டத்தைப் பயிற்சியளித்தார்கள். மகாராஷ்டிராவில் புரபஸர் தேவ்தாஸ் என்றொரு ஆட்டக்காரர் இருந்தார். அவருடைய மாணவர்களில் விஜய் ஹஸாரே, குல் முகமது, சந்து சர்வாத்தே ஆகியோர் அடங்குவர். சி.எஸ். நாயுடு பயிற்சியளித்தார். எங்கள் சிகந்திராபாத் – ஹைதராபாத்தில் குலாம் அகமது நிஜாம் கல்லூரியில் மாதம் ஒருமுறை வந்து பயிற்சி தருவார். எனக்குத் தெரிந்து அது விசேஷமான பயிற்சி இல்லை. அவர் பந்தை மேலே அடிப்பார். அதைத் தரையில் படாமல் பிடிக்க வேண்டும்.

தத்து பட்கரை இங்கிலாந்தில் உள்ள ஆல்ப் கொவர் கிரிக்கெட் கல்லூரிக்கு அனுப்ப ஏற்பாடாயிற்று. மூன்று மாதப் பயிற்சிக்குப் பிறகு திரும்ப வந்தார். அந்தப் பயிற்சிக்கு முன் அவர் ஆடியதைவிட விசேஷமாக ஆடவில்லை என்றுதான் சொல்ல வேண்டும். இந்தியாவிலேயே இன்று பயிற்சிக் களம் இருக்கிறது. அடுத்தடுத்து நல்ல வேகப்பந்து வீச்சாளர்கள் வந்துகொண்டிருக்கிறார்கள்.

காரணம் இதுதான். இந்தியா போன்ற பருவ நிலையில் வாழ்பவர்களுக்கு குளிர் நாட்டில் தரும் பயிற்சி அதிக நன்மை விளைவிப்பதில்லை.

இன்று கிரிக்கெட் கோஷ்டியில் பதினொரு ஆட்டக்காரர்கள் இருக்கிறார்களோ இல்லையோ ஒரு பயிற்சியாளர் இருக்கிறார். இந்தப் பயிற்சியாளர்கள் பேசுவதே புரியவில்லை. நமது கிரிக்கெட் ஆட்டக்காரர்கள் வெவ்வேறு பின்னணிகளிலிருந்து வருபவர்கள், வெவ்வேறு மொழிக்காரர்கள். என்னுடைய ஊகம் இந்தப் பயிற்சிக்காரர்களால் ஆட்டக்காரர்களின் ஊகச் சக்தி அதிகரித்திருக்கிறது. தோற்கிற சமயத்தில் படுமோசமாகத் தோற்கிறார்கள். ஜெயிப்பது எல்லாம் மயிரிழைதான். ஒரு சமயம் பங்களாதேஷ்கூட நமது ஆட்டக்காரர்களை வெலவெலக்கச் செய்தது.

ஆனால், பெரியவர்கள் வெள்ளை உடை உடுத்தி, தலையில் தொப்பி அணிந்து, கால் ஜோட்டின் ஆணிகள் மண்தரையில் சரக் மரக்கென்று ஆட்டம் ஆடுவதைவிட எங்கள் அரைநாள் பந்தயங்கள் மிகவும் ரசிக்கத்தக்கதாக இருந்தன. நான் கோஷ்டியின் தலைவன் ஆனவுடன் என் தனி முயற்சி ஏதும் இல்லாமல் எங்கள் கோஷ்டி எங்கள் ஊரிலுள்ள பத்து கோஷ்டிகளில் முதல் அல்லது இரண்டாவதாக மாறிவிட்டது. ஒரு ஞாயிற்றுக்கிழமை தவறாமல் ஆட்டம். சிகந்தராபாத் பரேட் மைதானத்தில் ஆடக்கூடிய அந்தஸ்து பெற்றுவிட்டோம். ஜெய்சிம்மாவின் அண்ணன் பிரதாப்சிம்மாவுடைய கோஷ்டியோடு ஒரு வாரத்தில் மூன்று மாட்ச்சுகள் ஆடினோம். முதல் பந்தயத்தில் படுதோல்வி. இரண்டாவது ஆட்டத்திலிருந்து எங்களிடமிருந்த இரு ரகசிய ஆயுதங்களைப் பயன்படுத்தினோம். ஒன்று ராமநாதன், இரண்டாவது நாராயண்.

முதல் ஆட்டத்தில் இருவரும் இல்லை. எங்கள் ஆட்டம் மரியாதைக்குரியதாக இருந்தாலும் பிரதாப்சிம்மா

கோஷ்டி வெளுத்து வாங்கிவிட்டது. இரண்டாவது ஆட்டத்தில் ராமநாதன், நாராயண் இருவரும் ஆடினார்கள்.

வழக்கம்போல முதலில் வேணு அப்புறம் அலெக் ராஸ். ஆறு ஓவர்கள் முடிந்துவிட்டன. நான் பந்தை ராமநாதனிடம் கொடுத்தேன்.

ராமநாதன் பந்து வீசுவதின் சிறப்பு அவன் ஓடிவரும் திசைக்கும், பந்து போகும் திசைக்கும் சம்பந்தம் இருக்காது. அத்துடன் ஒருமுறைகூடப் பந்து மட்டை பிடித்திருப்பவன் பக்கம் போகாது. ராமநாதன் வீசும் பந்தை அடிக்க பேட்ஸ்மேன் அதைத் துரத்திக்கொண்டு போக வேண்டும். ஆட்டம் தெரியாதவர்கள் அடித்துவிடுவார்கள். ஆனால், பெரிய பேட்ஸ்மேன், ரெயில்வே கிளப் மைதானத்தில் ஆடுபவன் அவுட்டாகிவிடுவான்.

ராமநாதன் இப்படி என்றால் நாராயண் வேறொரு மாதிரி. எந்தவிதப் பௌதிக விதிக்கும் உட்படாமல் அவன் வீசும் பந்து தரையில் பட்டு அப்படியே வேகமாக உருண்டுவரும். அவனுக்கு 'கிரவுண்ட்பால் போலர்' என்று ஒரு பெயர் உண்டு. இப்போது 'சூப்பர் சப்' என்று ஓர் ஆட்டக்காரனை அமர்த்திக்கொள்கிறார்கள். நாராயணை 'சூப்பர் சப்' ஆக வைத்துக்கொண்டு இரண்டு ஓவர் போடச் சொன்னால் போதும். பிராட்மன், வொரல் போன்றவர்கள்கூட ஆட்டமிழந்துவிடுவார்கள். அவர்களுக்கு ஒன்றுமே புரியாது. நமக்கும்தான்.

தினமணி கதிர், 26.3.2006

ஒவ்வொரு நாளும் ஞாயிற்றுக்கிழமையல்ல!

நாங்கள் எல்லோரும் பத்தரை மணிக்கே சிகந்தராபாத் மாரட் பள்ளி வேணு வீட்டில் கூடிவிட்டோம். வேணு வீட்டில் ரேடியோ இருந்தது. அந்த நாளில் வானொலிப் பெட்டியே அந்தஸ்தைக் குறிப்பதாக இருந்தது. அதற்கென்று ஒரு மேஜை வேண்டும். அது இன்றைய தொலைக்காட்சியைவிடப் பெரிதாக இருக்கும். அப்படிப் பெரிதாக இருக்கும் வானொலிப் பெட்டிகளில் தான் பகல் வேளையில் டில்லி நிலையம் கேட்கும். அன்று நாங்கள் வேணு வீட்டில் கூடியிருந்தது இந்தியா – மேற்கிந்திய தீவுகள் அணிகளின் முதல் டெஸ்ட் பந்தயத்தின் நேர்முக வர்ணனையைக் கேட்பதற்கு. இரண்டாம் உலக யுத்தத்திற்குப் பிறகு சர்வதேச அங்கீகாரம் பெற்ற ஒரு கிரிக்கெட் அணி இந்தியாவுக்கு வருவது மேற்கிந்தியத் தீவுகள் அணிதான்.

ஜான் கொடார்ட் என்ற வெள்ளைக்காரர்தான் தலைவர் (அன்று அப்படித்தான் மரபு). 'கறுப்பு பிராட்மன்' என்ற ஜார்ஜ் ஹெட்லி அணியில் இருந்தார். அந்த விஜயத்திற்குச் சில மாதங்கள் முன்புதான் இங்கிலாந்து அணியை அழஅழ வைத்த கிளைட் வால்காட் என்பவரும் எவர்ட்டன் வீக்ஸ் என்பவரும் இருந்தார்கள். மூன்றாவது 'வ' என்ற ஃபிராங்க் வோரலால் வர முடியவில்லை!

பதினொரு மணிக்கு ஆட்டம் துவங்கியது. தேவராஜ் பூரி, பெர்ரி சர்வாதிகாரி என்பவர்கள் மாறிமாறி வர்ணனை புரிய நாங்கள் வானொலிப் பெட்டி முன் நாங்களாக ஆட்டத்தைக் கற்பனை செய்துகொண்டோம்.

அந்த 1948ஆம் ஆண்டிலும் டெஸ்ட் பந்தயங்கள் ஐந்து நாட்கள் ஆடப்பட்டன. ஒரு நாளைக்கு ஐந்து மணி நேர ஆட்டம். பகல் சாப்பாட்டுக்கு ஒரு மணிநேர இடைவெளி. அந்தந்த ஊர் வானொலி நிலையம் மட்டும் நேர்முக வர்ணனை ஒலிபரப்பும். செய்திகள் போன்ற நிகழ்ச்சிகளின் போது வர்ணனை ஒலிபரப்பு இருக்காது.

சில மாதங்கள் முன்புதான் இந்திய அணி ஆஸ்திரேலியச் சுற்றுப்பயணத்தை முடித்துவிட்டுத் திரும்பியிருந்தது. அதுதான் முதன் முறை ஆஸ்திரேலிய அணியோடு இந்தியர்கள் சந்திப்பு. பிராட்மன் (வெள்ளை) மட்டையெடுத்தபோதெல்லாம் சதம், இரட்டைச் சதம் என்ற வண்ணம் வதம் புரிந்தார். இந்தியர்களும் சில சதங்களை எடுத்தார்கள். நிறையத் தோல்விகள். இருந்தாலும் பெருமைப்பட ஐந்தாறு தருணங்கள் இருந்தன.

மேற்கிந்தியத் தீவுகள் அணியோடு ஆடத் தேர்ந்தெடுக்கப்பட்ட இந்திய அணிக்கு மீண்டும் லாலா அமர்நாத்தான் தலைவர். தமிழ்நாட்டிலிருந்து (அன்று சென்னை) ரங்காச்சாரியும் உண்டு. ஹாட்ரிக் ரங்காச்சாரி.

முதலில் மேற்கிந்தியத் தீவுகள்தான் ஆட்டம். ரங்காச்சாரி பந்து வீச வந்தார். ஆரம்ப ஆட்டக்காரர்களில்

ஆடிய ஆட்டமென்ன

ஒருவரான ஆலன் ரே என்பவர் அவுட். சிறிது நேரத்திற் கெல்லாம் இன்னொரு துவக்க ஆட்டக்காரரான ஸ்டால்மியரும் அவுட். அப்போது ஜார்ஜ் ஹெட்லி வந்தார். ரங்காச்சாரி அவருக்கு வீசிய முதல் பந்திலேயே அவுட்! ஆஹா, ரங்காச்சாரி மீண்டும் ஹாட்ரிக் எடுக்கப் போகிறார்! இல்லை. அவுட் ஆவது நின்றுவிட்டது. இரு நாட்களும் இன்னும் அரை மணிநேரமும் ஆடி மேற்கிந்தியத் தீவுகள் அணி அறுநூறு ரன்களுக்கு மேல் எடுத்தது. இந்தியா இரு நாட்கள் ஆடி நானூறு ரன் எடுத்தாலும் ஃபாலோ ஆன். தோற்றுப் போகாமல் தப்பிக்கப் படாதபாடுபட வேண்டியிருந்தது.

இரண்டாவது டெஸ்ட் பம்பாயில். இங்கும் மேற்கிந்தியத் தீவுகள் அறுநூறுக்கும் மேல் எடுத்தது. இந்தியா மீண்டும் ஃபாலோ ஆன். இந்த ஆட்டமும் தலைப்பாகையோடு போயிற்று. மூன்றாவது ஆட்டம் கல்கத்தாவில். ஓரளவுக்குக் கௌரவமான ஆட்டம். யாருக்கும் வெற்றி கிடையாது. நான்காவது, சென்னையில் மேற்கிந்தியத் தீவுகள் அணி கிட்டத்தட்ட அறுநூறு ஓட்டங்கள். இந்தியா மீண்டும் ஃபாலோ ஆன். ஆனால், இம்முறை சரியான உதை.

மேற்கிந்தியத் தீவுக்கு ஒரு வெள்ளைக்காரர் தான் மானேஜர். அவர் கூறினார்: “மூன்று முறை ஃபாலோ ஆன் செய்து தோற்காமல் தப்பிக்க முடியாது.”

ஐந்தாவது டெஸ்ட் மீண்டும் பம்பாயில். இரு அணிகளும் ஆவேசத்தோடு ஆடின. இந்தியத் தரப்பில் ரூஸி மோடி, விஜய் ஹஜாரே, தத்து பட்கர், வினு மன்கட், லாலா அமர்நாத் எல்லோருமே தீவிரமாக ஆடினார்கள். கடைசி நாள் ஆட்டத்தில் இந்தியா வெற்றியை நெருங்கிக்கொண்டிருந்தது! மேற்கிந்தியத் தீவுகள் ஆட்டக்காரர்கள் எப்படியெல்லாம் நேரத்தை வீணாக்கலாமோ அதையெல்லாம் செய்தார்கள். (அப்போது அபராதம் ஏதும் கிடையாது.) ஒரு முறை பவுண்டரிக்குப்

போன பந்தை விக்கெட் கீப்பர் வால்காட் போய் எடுத்து வந்தார். இன்னும் ஒரு நிமிடம். ஆறு ரன்கள். அப்போது நடுவர் நேரமாகிவிட்டது என்றார். ஆட்டம் வெற்றி தோல்வியில்லாத முடிவு. இது நடந்து ஐம்பதேழு ஆண்டுகள் ஆகின்றன. முழுக்க முழுக்க வானொலி மூலம் ஆட்டத்தைப் 'பார்த்த' எனக்கு இன்னும் முடிவு புதிராக இருக்கிறது.

தினமணி கதிர், 19.3.2006

யார் பாயைச் சுருட்டுவது?

1

பாய் என்றால் தென்னை நாரால் கயிறு திரித்துப் பின்னியது. ஏனோ அந்த நாளில் எல்லாப் பாய்களுக்கும் பச்சை வண்ணம் பூசிவிடுவார்கள். கிரிக்கெட் ஆட்டத்திற்கென்று செய்யப்பட்டாலும் சில அலுவலகங்களில் பெரிய அதிகாரிகள் அறைக்கு இதே பச்சைப்

பாயைத்தான் சரியான நீளத்துக்கு வெட்டி இணைத்து ஓரங்களுக்குப் பச்சை வண்ணத் துணி கொண்டு தைத்துப் பரத்திவிடுவார்கள்.

எங்கள் கிரிக்கெட் கோஷ்டிக்கு எப்படியோ ஒரு பாய் கிடைத்துவிட்டது. பழையதுதான். பதினொரு அடி நீளம்தான். ஆதலால் ஒரே பக்கத்திலிருந்துதான் ஆட்டம். சாதாரணமாக இந்த மாதிரிப் பாதிப்பாய்களை 'நெட் பிராக்டிஸ்' என்று ஆட்டப் பயிற்சிக்குப் பயன்படுத்து வார்கள். நாங்கள் ஆடுவது எல்லாமே 'பிராக்டிஸ்'தான்.

பெரிய கோஷ்டிகள், ரஞ்சிக் கோப்பை பந்தயங்கள் முழுப்பாய் கொண்டு ஆடப்படும். மைதானத்தின் நடுவில் இந்தப் பச்சைப் பாய் மிகவும் அழகாக இருக்கும்.

இந்தப் பச்சைப் பாயில் ஹைதராபாத் குலாம் அகமது பந்து வீசும்போது அன்று ஹைதராபாத் வந்து ஆடிய இந்திய ஆட்டக்காரர்கள், அயல் நாட்டு ஆட்டக்காரர்கள் எல்லோருமே மிகவும் கவனமாக ஆடுவார்கள். பாய் போட்டு ஆடிய கிரிக்கெட் பந்தயங்களில் குலாம் அகமது முடிசூடா மன்னராக விளங்கினார். நிஜமாகவே மன்னர்கள் இருந்த இருபதாம் நூற்றாண்டின் முற்பாதியில் எங்களுக்குப் பாய் கிடைத்த பிறகு பல சௌகரியங்கள். முன்பு மாதத்திற்கு இரண்டு பந்துகள் வாங்க வேண்டியிருந்தால் இப்போது ஒரு பந்து போதுமானதாக இருந்தது. பொதுவாக வேறு கோஷ்டிகளுடன் பந்தயம் ஆடும்போது புதுப்பந்து வாங்குவோம். அன்று கிரிக்கெட் பந்துகளில் இரண்டு வகைகள் உண்டு. ஒன்றில் 'மாட்ச்' என்றிருந்தால் இன்னொன்றில் 'பிராக்டிஸ் மாட்ச்' என்றிருக்கும். முதல் பந்து நான்கரை ரூபாய், இரண்டாவது நான்கு. நாங்கள் எதை வாங்குவோம் என்று தனியாகச் சொல்ல வேண்டிய தில்லை.

எங்கள் பாயில் கிரிக்கெட் மட்டை வைத்து ஒரு பக்கத்தில் நைந்துபோய்ப் பெரிய ஓட்டையுடன் இருந்தது. நாங்கள் ஓட்டையில்லாத பக்கத்தை ஆட்டப்

பக்கமாக வைத்துக்கொண்டோம். அந்த இடமும் நைந்து கொண்டிருந்தது. இன்னும் இரண்டு மூன்று ஆண்டுகள் சமாளித்துவிடலாம் என்ற எண்ணத்தில்தான் அதை வாங்கினோம்.

நாங்கள் ஆடும் மைதானத்துக்கு ஒரு கிலோமீட்டர் தூரத்தில் என் வீடு இருந்தது. என் வீடுதான் இந்த அளவு அருகில் இருந்தது. மற்றவர்கள் வீடு இன்னும் தள்ளி. ஆதலால், பாயை என் வீட்டில் வைப்பது தவிர்க்க முடியாததாகப் போய்விட்டது. நான் வீட்டில் இருந்தாலும் இல்லாது போனாலும் ஜுரம் வந்து படுத்துக் கிடந்தாலும் பாயைக் கொண்டுபோவார்கள். இருட்டும் வேளையில் கொண்டுவந்து வைப்பார்கள்.

அரைப்பாய் என்றாலும் ஏகப்பட்ட கனம். ஒரு சைக்கிளை ஸ்டாண்டு போட்டு இந்தப் பக்கம் இரண்டு பேர் அந்தப் பக்கம் இரண்டு பேராகப் பாயைச் சுருட்டித் தூக்கி சைக்கிள் லக்கேஜ் காரியர் மீது வைப்பார்கள். குறுக்கே வைத்த சவப்பெட்டிபோலச் சைக்கிளை மூவராகத் தள்ளிக் கொண்டு போவார்கள். பாய் வந்ததில் எங்களுக்குள்ளிருந்த ஒற்றுமை கடுமையான சோதனைக்குள்ளாகியது. பாயின் ஓரங்களில் அடித்திருக்கும் ஆணிகளை எங்கள் கோஷ்டியிலேயே சிறுவனான ஜெயராம் எடுத்துவிடுவான். ஆனால், அதன் பிறகு பாயைச் சுருட்ட வேண்டும். அதுவும் ஒரே சீராகச் சுருட்ட வேண்டும். அப்புறம் சைக்கிள். பாயைத் தூக்கிப் போக யாரும் சைக்கிள் தர மாட்டார்கள். ஆதலால் அதற்கும் என் சைக்கிள்தான். நான் ஆடினாலும் ஆடாவிட்டாலும் என் சைக்கிள் மைதானத்துக்குப் போகும். திரும்பி வரும்போது பின் சக்கரம் பஞ்சராகிவிடும்.

பாயில் சணல் நார் பாயும் உண்டு என்று எங்களுக்குத் தாமதமாகத்தான் தெரிந்தது. வட இந்தியாவிலும் வங்காளப் பகுதியிலும்தான் அது கிடைக்குமாம். சர்வதேச கிரிக்கெட்டில் இந்தியா ஆஸ்திரேலியாவிடம் உதைமேல் உதையாக வாங்கிக்கொண்டிருந்தது. இந்தியாவுக்கு

வந்த அவர்கள், யாரும் தலையைத் தூக்க முடியாதபடி தோற்கடித்துக்கொண்டிருந்தார்கள். அவர்கள் சுற்றுப் பயணம் முடித்துவிட்டுப் போகும்போது இந்தியர்களுக்கு இனிமேல் கிரிக்கெட்டே ஆடக் கூடாது என்ற விரக்தி ஏற்பட்டிருக்கும்.

டிசம்பர் 1959. டில்லியில் ஆஸ்திரேலியா இந்தியாவை 135க்கும் 206க்கும் ஆட்டமிழக்கச் செய்து இன்னிங்ஸ் வெற்றி பெற்றிருந்தது. இரண்டாவது டெஸ்ட் பந்தயம் கான்பூரில். சணல் நார்ப் பாய்ப் பந்தயம்.

இந்தியா முதலில் ஆடி வழக்கம்போல தட்டுத் தடுமாறி 152 எடுத்தது. இப்போது ஓர் அதிசயம். ஆஸ்திரேலியாவும் திணறியது. எப்படியோ ஐம்பது ரன்கள் கூடுதலாக எடுத்துவிட்டது. இந்தியா தரப்பில் ஜேஸூ படேல் என்பவர் ஒன்பது பேரை அவுட் செய்துவிட்டார்!

இந்தியா இரண்டாவது இன்னிங்ஸ் அவ்வளவு மோசமில்லை. நாரி கண்ட்ராக்டர் எழுபதுக்கு மேல் எடுத்தார். அப்புறம் அவர் நாற்பது, இவர் ஐம்பது என்று மொத்தம் 291 எடுத்துவிட்டது. இப்போது ஆஸ்திரேலியா இருநூற்றி நாற்பது எடுக்க வேண்டும். ஆனால், நானூறும் ஐநூறும் சர்வசாதாரணமாக எடுத்தவர்கள் அன்று 105 ரன்களுக்கு அவுட்டாகிவிட்டார்கள். அதாவது, ஆஸ்திரேலியாவை நிஜமாகவே இந்தியா தோற்கடித்து விட்டது! ஜேஸூ படேல் மொத்தம் பதினான்கு விக்கெட்டுகள் எடுத்திருந்தார்.

அதற்கப்புறம் பழைய கதைதான். ஆனால் கான்பூரில் தோற்கடித்தோமே என்று பெருமை பேசுவார்கள். உண்மையில் ஜெயித்தது சணல் நார்ப் பாய்தானோ?

தினமணி கதிர், 2.4.2006

பந்தும் மட்டையும்

கிரிக்கெட் பந்தையாவது செருப்புத் தைப்பவர் தைப்பதாவது என்று ஒரு கேள்வி எழுந்தது. அறுபது, எழுபது ஆண்டுகளுக்கும் முன்பும் பஞ்சாப் பிரதேசம்தான் கிரிக்கெட் பந்துகளையும் மட்டைகளையும்

தயார் செய்தது. எங்கள் ஊரில் கிரிக்கெட் மாதிரி விளையாட்டுகளுக்குத் தேவைப்படுவதை விற்கும் கடை ஒரு பஞ்சாபிக்காரருடையதுதான். அவர் மகன் என் வகுப்பில் படித்தான். அவன் கிரிக்கெட் ஆடவில்லை. டென்னிஸ், டேபிள் டென்னிஸ் ஆகிய ஆட்டங்களுக்கு அவன் தனியாகப் பணம் கட்டி ஒய்.எம்.சி.ஏ.யில் அவனுக்குச் சரியான தோழன் கிடைக்காதபடி திண்டாடினான். அவனுக்காக நான் சில நாட்கள் கிரிக்கெட் கோஷ்டியை விட்டுவிட்டு ஒய்.எம்.சி.ஏ.யில் டேபிள் டென்னிஸ் ஆடினேன். நான்கணா மாதக் கட்டணம்.

அதுகூடக் கிடையாது எங்கள் கிரிக்கெட் கோஷ்டிக்கு. பந்து தையல் பிரிந்து வாயைப் பிளக்கும். அதைத் தவணை போட்டுக்கொண்டு பிய்ந்து போன பகுதியைத் தைத்துக்கொண்டு வருவோம். இப்போதெல்லாம் ரன்கள் கூடினால் உடனே பந்து வீசும் கோஷ்டி பந்தை மாற்ற வேண்டும் என்று அடம் பிடிக்கிறது. நன்றாக வட்ட வடிவமாக இருக்கும் பந்தைச் சமாளிப்பதில் என்ன பெரிய கெட்டிக்காரத்தனம் இருக்கிறது? பிள்ளையார் மோதகம் போல இருக்கும் பந்து கீழே விழுந்தால் என்ன செய்யும், எப்படிப் போகும் என்று யாருக்கும் தெரியாது. எங்கள் ஆட்டத்தில் எல்லா அம்சங்களிலும் ஒரு விசித்திர வித்தியாசம் இருக்கும். ஆனால், மைதானத்தில் வேறு கோஷ்டியுடன் ஆடும்போது நன்றாகவே ஆடி நிறைய வெற்றிகள் அடைத்திருக்கிறோம்.

எங்களுடைய கிரிக்கெட் தெய்வங்கள் பிராட்மன், லிண்ட்வால், மில்லர், பான்ஸ்ஃபோர்டு. இதென்ன பான்ஸ்ஃபோர்டு? எங்களுடைய கிரிக்கெட் மட்டையில் அந்தப் பெயர்தான் இருந்தது. வேறு பெரியவர்களை விசாரித்தோம். அவர் உடலெல்லாம் அடிபட்டுக் கொண்டு நூறு, நூற்றைம்பது ஓட்டங்கள் எடுப்பார் என்று தெரியவந்தது. அவர் ஹரோல்டு லார்வுட் என்ற 'பாடிலைன்' ஆட்டக்காரரைத் தைரியமாக எதிர்த்து ஆடியிருக்கிறார். பிராட்மன் கூடப் பயப்படுவாராம்.

ஆனால் பாள்ஸ்ஃபோர்டு வீரத்துடன் நிமிர்ந்து நின்று தலையிலிருந்து கால்வரை அடிபட்டுக்கொள்வார்.

எங்கள் பான்ஸ்ஃபோர்டு மட்டை உடைந்துவிட்டது. எங்கள் கோஷ்டியிலேயே ஒரு பையன் 'கிராஸ் பேட்' போட்டு அடிக்க, மட்டையின் ஒரு பக்கத்தில் பிளந்து கொண்டுவிட்டது. அந்தப் பையனை உடனே நாங்கள் 'அவுட்' என்று சொல்லிவிட்டோம். நிச்சயம் பேட் உடைந்ததற்கு ஓரிரண்டு தோழர்கள் கண்ணீர் உகுத்திருப்பார்கள்.

நான் விளையாட்டுப் பொருள் விற்கும் என் வகுப்புப் பையனைக் கேட்டேன். அவன், "என் அப்பாவைக் கேள்" என்று சொல்லிவிட்டான்.

அவர் மிகவும் சாதுவாகத்தான் தோற்றமளிப்பார். ஆனால், அவர் பேசுவது புரியாது. புதுப் பந்து வாங்கும்போது நாங்கள் ஒவ்வொரு நாணயமாக எடுத்துவைப்போம். அவர் எப்போது தலையை ஆட்டுகிறாரோ அப்போது மிகுதி நாணயங்களை பாக்கெட்டில் போட்டுக்கொள்வோம்.

நான் நினைத்துக் கொண்டேன். லார்வுட் பந்து வீசிப் பான்ஸ்ஃபோர்டின் எத்தனை மட்டையை உடைத்திருப்பார்? அவற்றைச் சரி செய்ய அவருக்கு உதவி கிடைத்திருக்குமா?

கடைசியில் நான்தான் சச்தேவ் கடைக்குப் போனேன். (ஏற்கெனவே சொன்னதுபோல அதுதான் எங்கள் ஊர் ஸ்போர்ட்ஸ் கடை. என் வகுப்பு நண்பனின் அப்பா நடத்துவது.) எங்கள் மட்டையைக் காண்பித்து அதைச் சரிசெய்ய வேண்டும் என்றேன். ஐந்து ரூபாய் ஆகும் என்று சொன்னார். நான்கு நாட்கள் பிடிக்கும் என்றார்.

நான்கு நாட்களுக்கு ஆட்டம் கிடையாது. நான் ஒய்.எம்.சி.ஏ. போனேன். என்னுடைய கிரிக்கெட் சகாக்கள் எனக்கு எதிரிகளானார்கள். பதினைந்து பேரிடமிருந்து

கால் ரூபாய் விகிதம் நான் வாங்கினேன். நான்கு ரூபாய்கூடத் தேறவில்லை. சச்தேவ் கடைக்குப் போனேன். "என்னிடம் இருப்பதெல்லாம் இவ்வளவுதான்" என்று என் சட்டைப் பையிலிருந்து எல்லா நாணயங்களையும் மேஜைமீது வைத்தேன்.

பான்ஸ்ஃபோர்டு மட்டையை ஒரு பக்கம் வெட்டி ஒரு துண்டுக் கட்டையை ஒட்டியிருந்தது. அப்புறம் இரு இடங்களில் கை கால் காயத்துக்குக் கட்டுவது போலக் கட்டுகள். மட்டையைப் பார்க்கவே பரிதாபமாக இருந்தது.

ஒரே நாள் ஆட்டத்தில் அந்தத் துண்டுக்கட்டை பிய்த்துக்கொண்டு வந்துவிட்டது. உடைந்த மட்டையை வைத்துக்கொண்டு ஆடினோம். ஒரு வெளி கோஷ்டி பந்தயத்துக்குக் கூப்பிட்டது. அவர்கள் மட்டை தந்தால்தான் ஆடுவோம் என்று சொல்லிவிட்டோம். அவர்கள் கொடுத்த மட்டை எங்கள் பான்ஸ்ஃபோர்டு மட்டையைவிட மோசமாக இருந்தது.

பான்ஸ்ஃபோர்டு என்ற அந்த ஆஸ்திரேலிய ஆட்டக்காரர் தான் ஆடிய நாட்களில் நிறையவே ஓட்டங்கள் எடுத்திருக்கிறார்.

நாங்கள் இன்னொரு கோஷ்டியிடமிருந்து ஒரு பழைய மட்டையை ஏழு ரூபாய் கொடுத்து வாங்கினோம். இந்த மட்டை உடைவதற்குள் எங்கள் கிரிக்கெட் கோஷ்டி உடைந்துவிட்டது.

தினமணி கதிர், **9.4.2006**

பந்து என்ன பந்தோ?

நான் 1952ஆம் ஆண்டு சென்னை வந்தேன். ஒரே மழை. மே மாதத்தில் மழை. மேற்கு மாம்பலத்தில் பரோடா தெருவில் வீடு பார்த்திருந்தேன். நாங்கள் வந்த ரயில் பல மணி நேரம் தாமதம். பத்து மணிக்கு இரு ஜட்காக்களில் சென்னை சென்ட்ரல் நிலையத்திலிருந்து பரோடா தெரு வந்து சேர்ந்தேன். அந்த வீட்டுக்கு மின் இணைப்பு கிடையாது. ஆதலால் இருட்டு சர்வ சாதாரணமான விஷயம்.

மழை ஓய்ந்து ஒரு நாள் கோபதி நாராயண சுவாமி செட்டி தெரு வழியாக நடந்து போனேன். மைதானத்தில் தடி தடியான பையன்கள் கிரிக்கெட் விளையாடிக் கொண்டிருந்தார்கள். (தடி தடி என்றால் பருமன் என்று பொருளல்ல. பதினாறு, பதினேழு வயதைத் தாண்டியவர்கள்). அவர்கள் ஆட்டம் ஏதோ வேறு மாதிரி இருந்தது. பந்து வேகமாக எகிறியது. அழுக்கு நிறத்தில் இருந்தது. பந்து உடலில்

பட்டபோது யாரும் பெரிதாக அந்த இடத்தைத் தேய்த்துக் கொள்ளவில்லை. இரும்பு மனிதர்களாக அவர்கள் தோன்றினார்கள். பந்து ஒரு முறை மைதானத்தைத் தாண்டித் தெருவுக்கு உருண்டு வந்தது, எனக்கு ஆச்சரிய மாக இருந்தது. அது டென்னிஸ் பந்து! எனக்கு அந்தப் பையன்களை தடி தடி தடி தடி என்று நான்கு முறை சொல்லத் தோன்றியது. சிகந்தராபாத்தில் ஜெயராம் போன்ற சிறு பையன்கள்கூடக் கிரிக்கெட் பந்து கொண்டுதான் ஆடுவார்கள். பந்து பிடித்து, பந்து வீசி எங்கள் உள்ளங்கைகள் எல்லாம் சொரசொரவென்று இருக்கும். அந்த நாளில் எல்லாத் தமிழ் சினிமாக்களிலும் வீட்டு அம்மாள் ஏதோ ஒரு பெண்ணை, மருமகளை வாட்டி வதைக்க வேண்டுமானால் பெரியபெரிய பித்தளைப் பானைகளைத் தேய்க்கப் போட்டிருப்பாள். அந்தப் பெண் அல்லது மருமகள் சோகமாகப் பாடியபடியே அந்தப் பெரிய பாத்திரங்களைத் தேய்ப்பாள். அவ்வளவு பெரிய பாத்திரத்தில் அவர்கள் சோறு வடிக்க வேண்டு மானால் அவர்கள் தினம் கடோத்கசன், பகாசுரன், கபந்தன் ஆகிய அரக்கர்களுக்கு உணவு விநியோகிப்பவர்களாக இருக்க வேண்டும். பாத்திரம் தேய்க்கும் அந்தப் பெண்ணின் கைகள்போல எங்களுடையது இருக்கும்.

நாங்கள் எந்தக் காரணம் கொண்டும் பந்தில் சமரசம் செய்துகொண்டது கிடையாது. எவ்வளவு பழையதாக இருந்தாலும், அது பிய்ந்துபோன இடம் எவ்வளவு மோச மாகத் தைக்கப்பட்டாலும் நாங்கள் கிரிக்கெட் பந்தைத் தவிர வேறு எதையும் தொட்டதில்லை. பெண்கள் யாராவது பந்து விளையாட்டு ஆடிக்கொண்டிருந்தால் அவர்களை அலட்சியமாகப் பார்ப்போம். இங்கே வேளச்சேரியில் டென்னிஸ் பந்துடன் ஒரு பெரிய கிரிக்கெட் விழா ஆடுகிறார்கள். தி.மு.க. ஆட்சியில் இருந்தால் ஸ்டாலினால் துவக்கப்படும். அதிமுக ஆட்சியானால் அம்மாவின் படம் பெரிதாக விளங்கும். அந்தப் பந்தயத்துக்கு விசேஷ விளக்குகள் உண்டு.

விளக்குகள் கொண்டு கிரிக்கெட் ஆட்டமா? அந்த நாள் கிரிக்கெட்காரர்களால் இதை நினைத்துப் பார்க்கக் கூட முடியாது. மட்டை அடிக்கும் கோஷ்டி வலுவான நிலையில் இருந்தால் கடைசி நிமிடம்வரை ஆட்டம் நடக்கும். அந்த நாள் எங்கள் பந்தயங்கள் எல்லாமே ஒரு நாள் ஆட்டங்கள்தான் பொதுவாக மாலை ஐந்து, ஐந்தரை மணிக்கு ஆட்டம் முடிந்துவிடும்.

விளக்கைக் கொண்டுவந்தது கெர்ரி பாக்கர் என்பவர் என்பார்கள். அவர் இத்துறையில் நுழைவதற்கு முன் கிரிக்கெட், கனவான்களே பார்க்கும் கனவான்கள் ஆட்டமாக இருந்தது. ஏதோ சில நேரங்கள் தவிர மற்ற நேரங்களில் மிகத் தீவிரமான சிறுபத்திரிகை படிப்பது போல இருக்கும். இந்தப் பாக்கர் கிரிக்கெட் கனவான்களைக் கிண்டல் செய்வதுபோல ஆட்டக்காரர்களை வண்ண வண்ண உடை அணியவைத்தார். அந்த உடையை அணிந்துகொண்டு தெருவில் யாராவது போனால் அந்த மனிதனுக்குப் பித்துப் பிடித்திருக்கிறதோ என்று சந்தேகிப்பார்கள். ஆட்டக்காரர்களுக்கு நல்ல ஊதியம் உண்டு. அவரிடம் ஊதியம் வாங்கி வண்ணக் கலர் உடை அணிந்து ஆடப் போனவர்களை கிரிக்கெட் கனவான்கள் தீண்டப்படாதவர்கள் என்றார்கள். அவர்கள் எடுக்கும் ஓட்டங்களும் எடுக்கும் விக்கெட்களும் வரலாற்று நூலில் இடம் பெறாது என்றார்கள். கெர்ரி பாக்கர் லட்சியமே செய்யவில்லை. உலகத்தின் முன்னணி ஆட்டக்காரர்கள் 99 சதவீதம் அவர் பக்கம் போய்விட்டார்கள். இந்தியா தீண்டாமைக்குப் பழக்கப்பட்டது. ஆதலால் இந்திய ஆட்டக்காரர்கள் நல்ல பிள்ளைகளாக, கனவான்களாக, உலர்ந்த ரொட்டியும் அரிசிச் சோறும் உண்டு திருப்தியடைந்தார்கள்.

பாக்கர் ஆட்டக்காரர்களுக்குக் கோமாளி உடை அணிவித்ததோடு நிற்கவில்லை. இரவிலும் ஆடுங்கள் என்றார். எப்படி? பெரிய விளக்குகள் கொண்டு. ஆனால் சிவப்புப் பந்து இருட்டில் தெரியாதே? அதற்கும் அவர்

பதில் வைத்திருந்தார். பந்தின் வண்ணத்தைச் சிவப்பிலிருந்து வெள்ளையாக்கினார்!

அந்த நேரத்தில் மேற்கிந்தியத் தீவுகளில் நல்ல பிள்ளைகளாக இருந்தவர்கள் இந்தியாவுக்குச் சுற்றுப் பயணம் மேற்கொண்டார்கள். அவர்களில் ஆல்வின் காளிச்சரண் என்பவர்தான் தரமான ஆட்டக்காரராக ஏற்றுக்கொள்ளப்பட்டவர். அந்தக் கோஷ்டியோடு ஆடியபோதும் இந்திய கனவான்கள் அவர்களை அதிகம் தொந்தரவுபடுத்தவில்லை. கவாஸ்கர் பட்டும் அன்றுவரை அவர் வாழ்க்கையிலே அடித்திராத சிக்ஸர்கள் அடித்தார். ஒரு பந்தயத்தில் இன்னும் அரை மணிநேரம் ஆடினால் இந்தியா ஜெயிக்க வாய்ப்பிருந்தது. ஆனால் இருட்டிவிட்டது. அப்படியிருந்தும் இந்திய ஆட்டக்காரர்களும் நடுவர்களும் விடவில்லை. நிலைமை தாங்க முடியாமல் போய்விட்டது. இருட்டு. அப்போது ஆடிக்கொண்டிருந்த மேற்கிந்திய ஆட்டக்காரர் நடுவர் ஒருவரிடம் மட்டையைக் கொடுத்து, "எனக்குப் பதிலாக நீங்கள் ஆடுங்கள்" என்றார். அந்த ஆட்டக்காரர் பெயர் சிவ நாராயண். இன்றைய மேற்கிந்திய கோஷ்டியில் முக்கிய ஆட்டக்காரராக உள்ள சந்திரபாலின் தந்தை.

தினமணி கதிர், 16.4.2006

யார் தலைவன்?

நான் சிறுவனாக இருந்த நாளிலிருந்தே கிரிக்கெட் ஆட்டக்காரர்களைப் பிடிக்காது. அதாவது நிஜ ஆட்டக்காரர்கள். எங்கள் ஆட்டம் கொஞ்சம் கிரிக்கெட், கொஞ்சம்

ஓடிப்பிடித்தல், கொஞ்சம் கிட்டிப்புள், கொஞ்சம் ஏச்சுப் பேச்சு. நிஜ ஆட்டக்காரர்கள் தெருமுனையில் வரும்போதே மூக்கைப் பிடித்துக்கொள்ள வேண்டும். அந்த நாளில் கிரிக்கெட் ஜோடின் அடிப்பாகம் தடித்த தோலினால்தான் இருக்கும். அதில் குண்டு குண்டாகக் கொப்புளங்கள் போல ஆணிகள். இதற்குக் கணக்கு உண்டு. முப்பத்திரண்டு, நாற்பது, நாற்பத்தெட்டு. மண் தரையில் சறுக்புறுக்கென்று ஒலிக்கும். இதர இடங்களில் கவனமாக இல்லாவிட்டால் சறுக்கிவிடும். நான் மகா மகா ஆட்டக்காரர்கள் இப்படிச் சறுக்கி விழுந்து பார்த்திருக்கிறேன்.

நான் என் கோஷ்டிக்குத் தலைவனாகிவிட்டதால் காலில் ஜோடு இல்லாமல் ஆடலாமா? எனக்கு வெறுங்காலே போதுமானதாக இருந்தது. ஆனால், கோஷ்டியின் மதிப்புக்காக எங்கள் கிரிக்கெட் கோஷ்டிக்காரர்கள் வழக்கமாகப் போகும் செருப்பு தைப்பவரிடம் போனேன். அந்த மனிதர்தான் கால் செருப்பு தைப்பதோடு வேறெந்தத் தையல் வேலையும் செய்வார். பை கிழிந்துபோனால், குடை பிய்ந்துபோனால், சைக்கிள் டயர் வட்டக் கம்பி வெளியே வந்து விட்டால் அத்துடன் கிரிக்கெட் பந்தையும் தையல் பிரிந்த இடங்களைச் சேர்த்துவைத்துத் தைப்பார். அவர் என்னதான் அளவு எடுக்கிற மாதிரி இருந்தாலும் அவருக்காகத் தோன்றிய ஓர் அளவுக்குக் கிரிக்கெட் ஜோடு தைத்துத் தருவார். எங்கள் கோஷ்டியில் ஆறு பேர் அவரிடம்தான் ஜோடு தைத்துக்கொண்டார்கள். ஜோடு பழகும்வரை எங்கள் ஆட்டம் படுமோசமாக இருந்தது. எப்போது இருட்டும், காலில் இருப்பதைக் கழட்டி வீசலாம் என்றிருக்கும். இப்போது கிரிக்கெட் ஆட்டக்காரர்கள் ஜோடு விலை அதிகம். ஆனால் காலுக்குச் சௌகரியமாக இருக்கும்.

ஒருநாள் நிஜாம் ரயில்வே கிரிக்கெட் மைதானத்தில் இரு பெரிய கோஷ்டிகள் ஆடுவதை வேடிக்கை பார்க்கப் போனபோது திடீரென்று ஒரு பெரிய மீசைக்காரர் என்னிடம் வந்து, “வா, ஷூவை மாட்டிக்கொண்டு” என்றார்.

“எங்கே?” என்று கேட்டேன்.

“என்ன கேள்வி? எங்களுக்கு ஆடத்தான்.”

“என்னிடம் கிரிக்கெட் ஜோடு கிடையாது.”

“பொய் சொல்லாதே. எங்களிடத்தில் ஓர் ஆள் குறைவு. ஐந்து நிமிடத்திற்குள் உன் ஷூவை மாட்டிக்கொண்டு வா.”

“என் வீடு ரொம்ப தூரம்.”

“பொய் சொல்லாதே. நீ யார், எங்கே இருக்கிறாய் என்றெல்லாம் எனக்குத் தெரியும்.”

இரண்டு கோஷ்டியுமே ரஞ்சிக் கோப்பை ஆட்டக்காரர்களைக் கொண்டவை. எனக்குச் சின்னப் பையன்களோடு ஆடித்தான் பழக்கம். தலையிலிருந்து கால்வரை கிரிக்கெட் மணம் வீசும் ஆட்டக்காரர்களிடம் ஆடிப்பழக்கமில்லை.

நான் பேசாமல் கிளம்பிப் போயிருக்கலாம். ஆனால், வீட்டுக்குப் போய் கிரிக்கெட் ஜோடு மாட்டிக்கொண்டு வந்தேன். எங்கள் கோஷ்டிப் பையன்களுக்குப் பொறாமை. “பெரிசா ஷூ போட்டுண்டு வந்துட்டான்” என்று ஒருவன் சொன்னான். ரொம்பத் துக்கடா கோஷ்டியானாலும் அதற்குத் தலைவனாக இருந்துவிட்டால் இந்த மாதிரிப் பேச்சு காதில் விழுந்துகொண்டேயிருக்கும்,

என் முறை வந்தபோது நான் ஏதோ ஒருவரின் மட்டையை எடுத்துக்கொண்டு மைதானத்தில் இறங்கினேன்.

அது முழுப் பாய்ப் பந்தயம். பச்சை வண்ணம் கண்ணுக்குக் குளுமை என்பார்கள். எனக்கு ஏதோ தீ மிதிப்பது போலிருந்தது. முதல் பந்து என் தலைக்குப் பக்கத்தில் விரைந்து போயிற்று. இரண்டாவது பந்து இன்னொரு புறம். அந்தப் பந்து வீச்சாளர் பெயர் மறந்து விட்டது.

ஆனால் அவர் அழகண்ணன், கண்ணாயிரமெல்லாம் அவுட் செய்திருக்கிறார். என்ன வந்தாலும் அடுத்த பந்தை அடித்துவிடுவது என்று முடிவு செய்துகொண்டேன். அது நேரே வேகமாக வந்தது. வீசினேன். மட்டையில் பட்டு விரைந்தது. நான்கு ரன்கள்.

அவர்கள் அதன் பிறகு எனக்கு எந்தச் சலுகையும் தரவில்லை. நானும் கை, தோள் எல்லாப் பாகங்கள் மீதும் அடி வாங்கிக்கொண்டு ஆடினேன். அன்று நான் பங்கு கொண்ட கோஷ்டி ஜெயித்துவிட்டது.

அதன் பிறகு எனக்கு அந்த மாதிரி வாய்ப்பு கிடைக்கவில்லை. நாங்களாக ஆடிய பந்தயங்களில் வரிசையாக மூன்று பூஜ்யங்கள் எடுத்தேன்.

தினமணி கதிர், 23.4.2006

67!

தடதடவென்று ஓடிவந்து பந்து வீசுபவர்கள் எல்லோரும் விசேஷமான பந்து வீச்சாளர்கள் என்று சொல்ல முடியாது. உண்மையில் வெகு தூரத்திலிருந்து ஓடிவந்து பந்து வீசினால்தான் வேகமாக வீச முடியும் என்பது பல வெற்றிகரப் பந்து வீச்சாளர்களால் நிராகரிக்கப்பட்டது. கபில்தேவ் ஓடிவரும் தூரத்தைக் குறைத்துக் கொண்டு பந்து வீசத் தொடங்கிய பின்தான் நிறைய ஆட்டக்காரர்களை ஆட்டமிழக்கச் செய்தார். அதேபோல ரிச்சர்ட் ஹாட்லி என்ற நியூசிலாந்து பந்து வீச்சாளர். ஆனானப்பட்ட ஆஸ்திரேலிய ஆட்டக்காரர்களையே அவர் மிகவும் அவமானகரமாக ஆட்டமிழக்கச் செய்திருக்கிறார்.

எங்கள் கோஷ்டி ஒருநாள் ஆட்டம், இருநாள் ஆட்டம் எல்லாம் ஆடியிருக்கிறது. (முன்பு நான் சொன்னபடி) ஜெய்சிம்மாவின் அண்ணன் ஆடிய கோஷ்டியைக் கூடத் தோற்கடித்திருக்கிறோம். ஆனால், வெஸ்லி

கில்டு என்ற கோஷ்டி எங்களை வெட்கத்தில் ஊரை விட்டு ஓடலாமா என்று தோன்றவைத்தது.

அவர்கள் பெரிய ஆட்டக்காரர்கள் அல்ல. வெஸ்லி கில்டு என்பதற்கும் அவர்களுக்கும் உள்ள ஒரே ஒரு சம்பந்தம் அவர்கள் கோஷ்டியின் தலைவனின் தகப்பனார் அந்த வெஸ்லி கில்டில் பணியாற்றிவந்தார். சச்தேவ் என்பவரின் மகன் ரமேஷுக்காக நான் ஒருநாள் அந்தக் கில்டுக்குள் நுழைந்தாலும் "எங்கே நான்கணா?" என்று கேட்பார். நான்கணா என்றால் கால் ரூபாய். அந்த நாளில் வெஸ்லி கில்டுக்குச் சென்று இரண்டு நிமிடங்கள் டேபிள் டென்னிஸ் ஆடினாலும் நான்கணா கொடுக்க வேண்டும். நாங்கள் அவர்கள் கதவை மூடி விளக்கையணைத்துக் கழுத்தைப் பிடித்து வெளியே தள்ளும்வரை ஆடுவோம். அப்புறம் வீட்டில் நிறையத் திட்டுகள் வாங்கிக்கொள்வோம்.

இந்த வெஸ்லி கில்டு கோஷ்டியோடு கிரிக்கெட் பந்தயம் ஆட எங்களுக்கு இடம் கிடைக்கவில்லை. மட்டை பந்துகளைத் தூக்கிக்கொண்டு பரேட் மைதானத்துக்குப் போனோம். பரேட் மைதானம் பல ஏக்கர்கள் வெட்ட வெளியாகச் சரிசமமாக இருக்கும். யாருமே இருக்க மாட்டார்கள். நாங்கள் ஆடத் தொடங்கி அரை மணிக்குள் ஒரு போலீஸ்காரர் எங்களைத் துரத்த வருவார். இதையெல்லாம் மீறித்தான் நாங்கள் அன்று ஆடப் போனோம்.

முதலில் எங்களுக்குத்தான் முறை. மீண்டும் ஓப்பனிங் ஆட்டம், வேணுவும் அலெக் ராஸும். நான் வேண்டு மென்றே என் எண்ணை ஒன்பதாகப் போட்டு சைக்கிளில் சுற்றப் போனேன். ஒரு வேலையும் இல்லை. அவ்வளவு அலட்சியம். நான் அரை மணி பொறுத்து வருகிறேன், எங்கள் அணியில் ஒரே கலக்கம். ஆறு பேர் அவுட். முப்பது எண்களைக்கூட நாங்கள் எட்டவில்லை.

ஆடிய ஆட்டமென்ன

அன்று நானும் ஜெயராமுமாகச் சேர்ந்து எப்படியோ ஐம்பதுவரை வந்துவிட்டோம். அதோடு எங்கள் ஆட்டம் முடிந்தது.

எங்கள் கோஷ்டியில் பந்தை முதலில் வீசுவதும் அதே வேணுவும் அதே அலெக் ராஸும்தான். இரண்டே பேர் அவுட்டாகி வெஸ்லி கில்டு கோஷ்டி எங்களைத் தோற்கடித்துவிட்டது.

அந்த நாளில் தோற்ற கோஷ்டி "தோற்றுப் போனோம்" என்று எழுதிக் கையெழுத்திட்டுத் தர வேண்டும். கிறுக்கக் கூடாது. எல்லாரும் படிக்கக்கூடியதாக இருக்கவேண்டும். நான் பேனா இல்லை, பென்சில் இல்லை என்றேன். அவர்கள் மூன்று பேர் பென்சில் வைத்திருந்தார்கள். ஒரு பையன் பேனாவும் வைத்திருந்தான். எங்கள் கோஷ்டியின் தோல்வியை எழுத்து மூலம் அவர்களுக்குக் கையெழுத்திட்டுத் தந்தேன்.

இந்திய கோஷ்டி மிகக் கேவலமாகத் தோற்றுப்போன சந்தர்ப்பங்கள் நிறைய உண்டு. அதிலும் முதல் முறையாக ஆஸ்திரேலியாவுக்குச் சுற்றுப்பயணம் மேற்கொண்ட போது, யாராவது ஒருவர் மானத்தைக் காப்பாற்றிவிடுவார். டெஸ்ட் பந்தயங்களில் தோற்றுக்கொண்டே வந்தாலும் போராடித் தோற்றோம் என்று சொல்லிக்கொள்ளலாம். ஐந்தாவது டெஸ்ட் வந்தது மெல்போர்ன் நகரத்தில். முதலில் ஆடிய ஆஸ்திரேலியா வழக்கம்போல ஐநூறு ஓட்டங்களுக்கு மேல் எடுத்தது. ஐம்பது ஓட்டங்கள் எடுத்து, அடிபட்டுவிட்டது என்று பிராட்மன் ஓய்வு எடுத்துக்கொண்டார். இந்தியா ஆடத் தொடங்கியது. வழக்கம்போலவே முதல் ஓவரிலேயே ஒருவர் அவுட். ஆனால், மன்கட், ஹஸாரே, பட்கர் எல்லாரும் ஒருமாதிரி சுதாரித்து முன்னூறு ஓட்டங்கள் எடுத்துவிட்டார்கள்.

முன்னூறு நல்ல தொகைதான். ஆனால் ஆஸ்திரேலியா விடம் அதிலும் பிராட்மன் தலைவனாக இருந்த

ஆஸ்திரேலியாவிடம் இது போதாதே! ஆதலால் ஃபாலோ ஆன்.

ஆனால் இதுவும் இந்தியாவுக்குப் பழக்கமானது. முதல் இன்னிங்ஸில் 300 எடுத்தவர்கள் இரண்டாவது இன்னிங்ஸில் 200 ஆவது எடுக்கக் கூடாதா? குறைந்தபட்சம் 150 ?

இந்தியா இரண்டாவது இன்னிங்க்ஸில் 67 எடுத்தது. வீராதி வீரர்களெல்லாம் பூஜ்யம். நமது ஹாட்ரிக் ரங்காச்சாரியும் இரண்டு இன்னிங்ஸிலும் பூஜ்யம். ஆனால் ஆறுதலான விஷயம், அவர் இரண்டாவது இன்னிங்க்ஸில் பூஜ்யம் நாட் அவுட். அவர் அவுட்டாவதற்கு முன்பு மற்றவர்கள் எல்லோரும் அவுட்.

இந்தியா திரும்பியபோது இந்திய அணிக்கு வரவேற்பு எப்படி இருந்தது என்று நான் சொல்லித் தெரியவேண்டியதில்லை. வரவேற்பே இல்லை.

இவ்வளவிற்கும் இந்தியத் தரப்பிலும் சதங்கள் அடிக்கப் பெற்றிருந்தன. உலக அரங்கில் முடிசூடா மன்னர்களாக இருந்த ஆஸ்திரேலியாவுடன் நான்கு டெஸ்ட் பந்தயங்களில் நன்றாகப் போராடித்தான் தோற்றுப்போயிருந்தது. ஆனால் கடைசியில் இப்படி 67க்கு ஆல் அவுட் என்றவுடன் எல்லாமே போச்சு.

நான் வெஸ்லி கில்டு கோஷ்டியோடு ஆடியதைத்தான் நினைத்துக்கொள்வேன். துக்கடாப் பையன்கள் என்று நாங்கள் நினைத்தது மிகக் கேவலமான தோல்வியில் கொண்டுவிட்டது.

தினமணி கதிர், 30.4.2006

ஹஸாரேக்குக் கிடைத்த அலவன்ஸ்!

எனக்கு கிரிக்கெட் ஆட்டமே தெரியாது. நானாக விளையாட முயற்சி செய்யவில்லை. பம்பரம், கில்லி – தாண்டுதல், மரக் குரங்கு முதலிய ஆட்டங்களே போதுமானதாக இருந்தன. திடீரென்று ஒருநாள் என்னை ஒரு கிரிக்கெட் கோஷ்டி கூப்பிட்டுச் சேர்த்துக்கொண்டது. எனக்கு மட்டையால் பந்தைத் தடுக்கத் தெரியும் முன் என்னைத் தலைவனாகவும் ஆக்கிவிட்டது. தலைவனான பிறகும் ஆடத் தெரியாமல் இருக்கலாமா? சில நாட்களிலேயே நான் காலம் காலமாகக் கிரிக்கெட் ஆடியவன் போலாகிவிட்டேன்!

இப்போது நிறையப் பத்திரிகைகள். நிறையப் பக்கங்கள். நிறைய விஷயங்கள் தேவைப்படுகின்றன. கட்டுரை எழுதத் தெரியாவிட்டாலும் கேட்ட கேள்விக்குப் பதில் தந்தால் போதும் என்று வாராவாரம் பேட்டிகள் வந்த வண்ணமிருக்கின்றன.

எனக்குத் தெரிந்து இந்தியக் கிரிக்கெட்டின் முதல் சர்வதேச ஆட்டக்காரர் ரஞ்சித் சிங்ஜி ஒரு வரி எழுதவில்லை. அடுத்து சர்வதேச ஆட்டக்காரரான துலீப் சிங்ஜி ஒரு கேள்விக்கும் பதில் சொன்னதில்லை. (கேள்வி யாராவது கேட்டால்தானே?) ஆனால் இன்று யார் வேண்டுமானாலும் யாரை வேண்டுமானாலும் பேட்டிகாணலாம். ஒரு புகைப்படத்தோடு அந்த அரிய தகவல்களையும் அறிவு வீசும் பதில்களை வெளியிட நிறைய வாய்ப்பு உண்டு. எனக்குக் கவாஸ்கர் முன்மாதிரி என்று இருவர் சொல்லியிருந்தால் இருபது நபர்கள் கபில் தேவைக் குறிப்பிட்டிருக்கிறார்கள். இரண்டாயிரம் நபர்கள் சச்சின் டெண்டுல்கரைச் சொல்லியிருக்கிறார்கள். நேற்று நான் படித்த ஒரு பேட்டியில் ஒருவர் டிராவிட்தான் தன் மானசீகக் குரு என்று சொல்லியிருக்கிறார்.

இப்போது நான் என் கிரிக்கெட் ஆண்டுகளை நினைத்துப் பார்க்கும்போது திரும்பத் திரும்ப ஒருவர் மனக்கண்முன் தோன்றுகிறார். அவர் விஜய் ஹஸாரே.

நான் விஜய் ஹஸாரேயை ஒரே ஒரு முறைதான் பார்த்திருக்கிறேன். அப்போது அவர் பரோடா அணிக்காக ஆடிக்கொண்டிருந்தார். அதற்கு முன் அவர் ஹோல்கார், மகாராஷ்டிரா முதலிய அணிகளுக்கும் ஆடியிருக்கிறார். அவரையும் புரபஸர் தேவ்தார் என்பவரின் பல அருமை யான சீடர்களில் முக்கியமானவராகக் கூறுவார்கள்.

அந்த நாளில் ரஞ்சிக் கோப்பை ஆட்டங்கள் முக்கிய மானவை. சர்வதேச கிரிக்கெட் பல ஆண்டுகளுக்கு ஒரு முறைதான் அன்று சாத்தியம். ஒவ்வொரு ரஞ்சிக் கோப்பை ஆட்டமும் ஆடுபவர்கள், பார்ப்பவர்கள் இருவருக்கும் சர்வதேச ஆட்டங்களுக்கு இணையானவை.

கல்லூரி உள்ள நாட்களில் போய்ப் பார்க்க முடியாது. ஒரு ஞாயிற்றுக்கிழமை ஆர்.ஆர்.சி. மைதானத்துக்குப் போனேன். ரயில்வே ரிக்ரியேஷன் கிளப் என்பதன்

சுருக்கம் அது. ஆட்டம் முடியப்போகிறது. ஹைதராபாத் அணி சுமாராக ஆடியிருக்கிறது. ஆனால் ஹஸாரே, ஸொஹோனி, சர்வத்தே, குல் முகம்மது முன்னால் அது எம்மாத்திரம்? ஹைதராபாத் அணி இரண்டாவது இன்னிங்ஸ் ஆடிக் கொண்டிருந்தது. அந்தச் சில மணிநேரம் ஆடின பிறகு ஆட்டம் முடிந்துவிடும். பரோடா பெரும் வித்தியாசத்தில் ஜெயித்துவிடும்.

அன்றுதான் உண்மையான வேகப் பந்து வீச்சு என்றால் என்ன என்று எனக்கு ஓரளவு புரிந்தது. ஸொஹோனி, ஹஸாரே வீசும் பந்துகளைப் பார்க்கக்கூட முடியாது. (ஆனால் இவர்களையும் பிராட்மன் வாங்கு வாங்கென்று வாங்கியிருக்கிறார்.)

எனக்கு ஹஸாரே நடப்பது, ஓடுவது, பந்து வீசுவது எல்லாமே பரவசமூட்டுவதாக இருந்தது. அன்று கிரிக்கெட் என்றால் வெள்ளைச் சட்டை, வெள்ளை பாண்ட்தான் ஆடை. சிலர் சில நாட்களில் ஃபிளானல் என்று சொல்லப் பட்ட துணியில் பாண்ட் அணிந்துகொள்வார்கள். கிரிக்கெட், டென்னிஸ் இரண்டிற்கும் ஃபிளானல் அனுமதி உண்டு. டென்னிஸ் முழுக்கால் பாண்ட்டுடன்தான் ஆட வேண்டும்.

ஹஸாரே ஃபிளானல் பாண்ட்டும் சில்க் சட்டையும் அணிந்திருந்தார். நான் அவர் மாதிரி ஆட முடியா விட்டாலும் எப்படியோ ஒரு சில்க் சட்டையைச் சம்பாதித்துவிட்டேன். அற்பாயுளில் இறந்துபோன என் அண்ணனின் சட்டை. அவன் பாவம் கிரிக்கெட் என்றால் என்ன என்று தெரிவதற்கு முன்பே வயிற்று வலி, வயிற்றுக் கட்டி, வயிற்று அறுவைச் சிகிச்சை அப்புறம் அந்த வலியுடனேயே விடைபெற்றுக்கொண்டு விட்டான். அவனுக்கும் சின்ன தேகமாகத்தான் இருந்திருக்க வேண்டும். என் அம்மா எங்கோ ஒளித்து வைத்திருந்த சில்க் சட்டையை நான் கண்டெடுத்து அணிந்துகொண்டேன். என் அம்மா அழக்கூடச் செய்தாள்.

ஆடிய ஆட்டமென்ன

நான் பார்த்தது ஹஸாரே பந்து வீசியதுதான். அவர் பிராட்மனையும் ஒரு முறை அவுட் செய்திருக்கிறார். இதைச் சொல்கிறபோது பிராட்மன் எடுத்த ஓட்டங்களையும் சொல்ல வேண்டும். 201. இரட்டைச் சதம் எடுத்த பிறகு யாரிடம் அவுட்டானால் என்ன? ஹஸாரேயும் பிராட்மன் மாதிரி ஒரு சிறப்பான பேட்ஸ்மேன். இந்திய கிரிக்கெட் வரலாற்றைப் பார்த்தால் ஆடிய ஆட்டங்களில் பாதியில் ஹஸாரே சதம் அடித்திருப்பார். அவரும் குல் முகம்மது என்ற இன்னொரு பரோடா ஆட்டக்காரரும் சேர்ந்து ஒரு பந்தயத்தில் ஐநூறு ஓட்டங்களுக்கு மேல் எடுத்திருக்கிறார்கள். அது இன்றும் ஓர் உலக சாதனை என்று நினைக்கிறேன்.

ஹஸாரே ரஞ்சி ஆட்டங்களில்தான் நன்றாக ஆடினார் என்றில்லை. இங்கிலாந்து, ஆஸ்திரேலியா சென்றபோதும் நன்றாக ஆடியிருக்கிறார். மேற்கிந்தியத் தீவுகளுக்குப் போனபோதும் சிறப்பாக ஆடியிருக்கிறார். ஆனால், நாற்பது வயதுக்குள் அவருக்குக் கிடைத்த வாய்ப்புகள் மிகவும் குறைவு. அந்தக் குறைந்த வாய்ப்புகளிலும் சர்வதேச அளவிலும் மிகவும் பெருமைப் படத்தக்கதாக ஆடியிருக்கிறார். ஒரே டெஸ்ட் பந்தயத்தில் முதல் இன்னிங்ஸ், இரண்டாவது என இரண்டு இன்னிங்ஸி லும் முதலில் சதம் அடித்தவர் ஹஸாரேதான். அதுவும் எங்கே? ஆஸ்திரேலியாவில்! லிண்ட்வால், மில்லர், ஜான்ஸ்டன் போன்ற பந்து வீச்சாளர்களுக்கு எதிராக. இந்தியா பெரிய வெற்றிகளைக் குவிக்காவிட்டாலும் ஓரளவு மரியாதையைக் காப்பாற்றிக்கொள்ள முடிந்தது என்றால் அது அந்த ஹஸாரேயால். இன்று எவ்வளவு இந்திய ஆட்டக்காரர்கள் வந்துவிட்டார்கள். உடலெல்லாம் கவசம், தலையில் ஹெல்மட் எல்லாம் அணிந்து பூஜ்யத்தில் அவுட்டாகி அதன் பிறகு அரை மணிநேரம் அவர்களுடைய கவச கிரீடங்களைக் கழற்றிக்கொண் டிருக்கிறார்கள். ஹஸாரே கிரிக்கெட் ஆடிய நாட்களில்,

கால் மற்றும் அடிவயிற்றுக்கு மட்டும் பாதுகாப்பு. தலையில் வெயில் தொப்பி அணிந்துகொள்ளலாம். ஆனால், பலர் அதை இடைஞ்சல் என்று கருதினார்கள். ஹஸாரேயும்தான். ஆடிய நாட்களில் அவருக்கு கிடைத்த அலவன்ஸ் நாள் ஒன்றுக்கு நான்கணா. அதாவது கால் ரூபாய். இன்றைய இருபத்தைந்து காசு.

தினமணி கதிர், 7.5.2006

போராட்டக் களம்!

இரண்டாம் உலக மகா யுத்தம் இன்று பலருக்கு வெறும் வரலாற்றுத் தகவல். குண்டுகளால் மாண்டவர்கள், விஷவாயுவால் மாண்டவர்கள், பட்டினி கிடந்து மாண்டவர்கள் என மொத்தம் மூன்று கோடி மனிதர்கள் என்று ஒரு புள்ளிவிவரம் கூறுகிறது.

இந்த யுத்தத்தால் பல மகத்தான கிரிக்கெட் ஆட்டக்காரர்கள் ஆட்ட மைதானத்தில் சாதிக்க வேண்டியிருக்கையில் துப்பாக்கி ஏந்தி யுத்தகளத்துக்குப் போனார்கள். கிரிக்கெட் வரலாற்றாசிரியர்களுக்கு உடனே தோன்றக்கூடிய பெயர் பிராட்மன். அவர் யுத்தகளம் போகவில்லை. ஆனால் ஆறு ஆண்டுகளை யுத்தத்தால் இழந்தார். அவர் ஆடிய டெஸ்ட் பந்தயங்கள் 52தான். (இன்று நூறு, நூற்றிருபத்தைந்து, நூற்றைம்பது என்றெல்லாம் சாத்தியமாகிறது.) இந்த 52 டெஸ்ட் பந்தயங்களில் 29 சதங்கள். இதில் இருமுறை முன்னூறு ஓட்டங்களுக்கு மேல்.

பத்து முறை இரட்டைச் சதம். இன்றும் இதெல்லாம் நிஜமா என்று மலைக்கவைக்கிறது. யுத்தம் நடக்காதிருந்தால் அவர் என்னென்ன சிகரங்களை அடைந்திருப்பார்!

இந்தியாவிலும் இழப்புகள் உண்டு. ஹஸாரே, அமர்நாத், மன்கட், ரங்காச்சாரி, கோபாலன், மெர்ச்சண்ட், மோடி என ஏராளமான திறமைசாலிகள் வாய்ப்புகள் சாத்தியமில்லாமல் சாதனைகளைக் குறுக்கிக்கொள்ள வேண்டியிருந்தது.

எங்கள் கோஷ்டி உருவானதே யுத்தத்திற்குப் பிறகுதான். எல்லா மதங்கள், மொழிகள், உருவங்கள், தோல் வண்ணம் எல்லாம் கொண்டிருந்தது. மிக விரைவாக ஊரில் ஒரு முக்கிய கோஷ்டியாயிற்று. அடுத்த கட்டம் வெளியூர்களில் ஆடுவது, ரஞ்சி கோப்பை அணியில் இடம் பெறுவது ... அப்போது வந்தது வினை.

வங்காளத்தில் 'நேரடிச் செயலாக்க நாள்' என்று 1946ஆம் ஆண்டு ஆகஸ்ட் 16இல் வந்தது. கல்கத்தாவில் மட்டுமே பல ஆயிரம் ஏழை எளியவர்கள் உயிரை இழந்தார்கள். (பொதுவாக மதக் கலவரங்களில் உயிர் இழப்பவர்கள் எல்லாருமே ஏழையாக இருந்து ஏழை யாகவே ரத்தம் சிந்திக் கடைசி மூச்சு விட்டிருப்பார்கள்.) எங்கள் சிகந்திராபாத்திலும் இதற்கு எதிரொலி இருந்தது.

இந்திய சுதந்திரம் அறிவிக்கப்பட்டது. இன்னும் சில மாதங்களில் வெள்ளைக்காரர்கள் போய்விடுவார்கள்...

எங்கள் சிகந்திராபாத்திலும் நிஜாம் சமஸ்தானத்தி லும் கூட்டம் கூட்டமாக மக்கள் வெளியேறினார்கள். கூட்டம் கூட்டமாக எங்கிருந்தோ அகதிகள் வந்து சேர்ந்தார்கள். எங்கள் கோஷ்டியில் எஞ்சியவர்கள் பத்துப் பேருக்கு மேல் இருக்காது. நாங்கள் பாயைச் சுருட்டிக்கொண்டு போய் விளையாட முயற்சி செய்தோம். அந்த மைதானத்தில் திடீரென்று பத்துப் பதினைந்து நபர்கள் கையில் ஹாக்கி மட்டை பிடித்து வந்தார்கள்.

நாங்கள் கிரிக்கெட் ஆடும் அதே இடத்தில் ஹாக்கி ஆடத் தொடங்கினார்கள். பத்து நிமிடங்கள் பார்த்தோம். பாயைச் சுருட்டி ஒரு சைக்கிள் மீது வைத்தோம். தலையைத் தொங்கப் போட்டுக்கொண்டு ஒரு சொல் பேசாது நடந்தோம்.

ஆனால் ஹாக்கி ஆட்டக்காரர்கள் தெருவில் ஹாக்கி ஆடியபடியே எங்களைத் தொடர்ந்தார்கள். எங்கள் கோஷ்டியில் ஐந்தாறு பேருக்கு ஹாக்கி பந்து அடிபட்டுக் காயம்பட்டது. ரத்தம் கொட்டியது. நான் அந்த ஹாக்கி ஆட்டக்காரர்களைப் பார்த்து "உங்களுக்கு இன்னும் என்ன வேண்டும்? நாங்கள்தான் மைதானத்தைக் காலி செய்துவிட்டோமே?" என்றேன். அவர்கள் ஹாக்கி மட்டையை வீசிச் சண்டைக்கு வந்தார்கள். எங்கள் கோஷ்டியில் மிக உயரமாக இருக்கும் பையனைத் தலையில் அடித்துவிட்டார்கள். அவன் கீழே விழுந்து விட்டான். ரத்தம் கொட்டியது.

அந்தப் பையனின் தந்தை பெரிய அதிகாரி. ஆனால் யாரும் ஒன்றும் செய்யவில்லை. நாங்கள் அதன் பிறகு கோஷ்டியாகக் கிரிக்கெட் ஆடவில்லை. எங்கள் மைதானத்தில் எங்களை அடித்துத் துரத்தியவர்களாவது ஆடியிருக்கலாம். அதுவும் இல்லை.

சென்னை தியாகராய நகரில் சோமசுந்தரம் பூங்கா என்று ஒன்றிருக்கிறது. ஞாயிற்றுக்கிழமைகளில் ஏழெட்டு கோஷ்டிகள் ஒரே நேரத்தில் கிரிக்கெட் ஆடிப் பார்த்திருக்கிறேன். எது எந்த கோஷ்டியின் பந்து என்று தெரிந்துகொள்ள முடியாமல் எங்கெங்கோ ஓடும். எல்லா இளைஞர்களும் ஒரே மாதிரித்தான் இருப்பார்கள். இந்தக் கோஷ்டி சமபந்து ஆட்டத்திலும் வெற்றி தோல்வி உண்டு. என் சகோதரி மகன்களின் கிரிக்கெட் கோஷ்டியில் சில அபார ஆட்டக்காரர்கள் உண்டு. ஒருவர் பெயர் அப்துல் காதிர். இன்னொருவர் முடசர் நசர். இரண்டும் அவர்களுக்கு அந்தக் கோஷ்டி தந்த பெயர்கள். இந்த

இரு பெயர்களிலிருந்து அவர்கள் கிரிக்கெட் ஆடிய கால கட்டத்தை அறிந்துவிடலாம்.

விசுவநாதன் ஆனந்த் பல்லெல்லாம் விழுந்து புதுப் பல் முளைக்கும் நாட்களில் செஸ் ஆடலாம். ஆனால் கிரிக்கெட் போன்ற ஆட்டங்கள் வாழ்க்கையில் ஒரு குறிப்பிட்ட பகுதியில்தான் சாத்தியம். பதினைந்து வயது தொடங்கி அதிகம் போனால் நாற்பது வயதுவரை.

நான் நிறையவே ஆடிவிட்டேன்.

தினமணி கதிர், 14.5.2006

'உடம்பைப் பார்த்துக் கொள்வது!'

புள்ளிவிவரங்கள் கொண்ட கிரிக்கெட் நூல்கள் நீண்டகாலமாக வெளிவந்து கொண்டிருக்கின்றன. 'பன்னிரண்டு ஆண்டு ரஞ்சி டிராபி' என்றொரு புத்தகத்தை 1949 அளவில் பார்த்தேன். இப்போது ரஞ்சி டிராபியின் வயது 70 ஆண்டுகளுக்கு மேலாகிவிட்டது. ஆனால், எனக்கு அந்தப் 'பன்னிரண்டு ஆண்டு' கொடுத்த மகிழ்ச்சியை வேறெந்தநூலும் தரவில்லை. சுஜித் முகர்ஜியை என்னால் ஒரு நல்ல நூலாசிரியராகத்தான் நினைக்க முடிகிறது. அவர் மூன்றாண்டுகள் முன்பு திடீரென்று மறைந்துவிட்டார். அவர் இந்திய இலக்கியக் கலைக் களஞ்சியத்தை வெளியிட்டிருக்கிறார் தெரியுமா? அவர் ரஞ்சி டிராபி கிரிக்கெட் விளையாடியிருக்கிறார்.

அந்த இளைஞனை நான் ரஞ்சி டிராபி ஆட்டத்தில்தான் பார்த்தேன். சிகந்திராபாத் ரயில்வே மைதானத்தில் ஆட்டம். சென்னைக் குழுவின் பதினொன்றாவது எண்ணாக அவன் வந்தபோது அவன் நான்கு பந்துகள்

கூடத் தாங்க மாட்டான் என்று நினைத்தேன். ஆனால், அவன் சுமார் ஒரு மணிநேரம் ஆடி அவன் கோஷ்டியின் குழு ஆட்டத்தை 40 ரன்கள் அதிகரிக்க உதவினான். அப்படியும் சென்னை தோற்றுவிட்டது. அந்த நாளில் ஓர் ஆட்டத்தில் தோற்றுவிட்டால் அந்த ஆண்டு ரஞ்சி டிராபிக்கு இன்னொரு வாய்ப்பு கிடையாது.

நான் சென்னையில் குடியேறிய முதலாண்டிலேயே அவனைக் கண்டுகொண்டுவிட்டேன். அவன் மோட்டார் வண்டி சரிபார்க்கும் ஒரு பெரிய நிறுவனத்தில் வேலை பார்த்துக்கொண்டிருந்தான். அவனுடைய கிரிக்கெட் வாழ்க்கை முறையானபடி முன்னேறவில்லை. அவன் ஆடப் போகிறான் என்று நினைத்துச் சென்னை பச்சையப்பன் கல்லூரி மைதானத்திற்குச் சென்று காத்திருந்தேன். ஆட்டம் நடந்தது. ஆனால் அவன் வரவில்லை. சலுகை எல்லாம் ஓரளவுக்குத்தான் தருவார்கள். சின்னச் சின்ன ஆட்டங்களையும் முக்கியமானதாக எடுத்துக் கொண்டால்தான் பெரிய ஆட்டங்களில் ஒருவன் ஓரளவுக்குக் கருதப்படுவான். என் நண்பனுக்கு என்ன ஆயிற்று என்று தெரியவில்லை. பேச்சில்கூட அதிகம் கிரிக்கெட் வராது. நானும் அவனும் சேர்ந்து ஏழெட்டுத் திரைப்படங்கள் பார்த்திருப்போம். அவன் திருமணத் திற்குப் போயிருந்தேன். ஆனால் ஏதோ சரியில்லை.

ஆனால், இந்த மாதிரி விஷயங்களை அதிக நாட்கள் ரகசியமாக வைக்க முடியாது. என் நண்பன் அவன் அலுவலகத்திலேயே 'உடம்பைப் பார்த்துக் கொள்ள' ஆரம்பித்திருந்தான். அது மதுவிலக்கு தீவிர மாக அமல்படுத்தப்பட்டிருந்த காலம். அதையும் மீறி இந்தப் பழக்கம் ஆரம்பித்திருந்தது எனக்கு மிகுந்த மனச்சங்கடத்தைத் தந்தது.

மதுவிலக்கு விலக்கப்படுவதற்கு முன்பே அவன் இறந்துவிட்டான். அவனுக்கு வயதான பெற்றோர்கள் இருந்தார்கள். ஆனால் மனைவிதான் சட்டப்பூர்வ வாரிசு என்று அவளுக்குத்தான் பணம் எல்லாம் போயிற்று.

எனக்குத் தெரிந்து சில நல்ல நடிக நடிகையரும் வெகு சீக்கிரமே அரங்கிலிருந்து மறைந்துபோவதற்கு அவர்களே காரணமாக இருந்திருக்கிறார்கள். அப்படியும் சொல்வதற்கில்லை. இந்தியா போன்ற நாட்டில் அந்த நாட்களில் நாற்பது ஐம்பது வயதானால்கூடப் பெற்றோர் உத்தரவுக்காகக் காத்திருப்பது அசாதாரணமல்ல. அதாவது இள வயதில் சிக்கலான கட்டங்களில் சரியான வழிகாட்டி இருக்க வேண்டும். பெற்றோர் சரியாகப் பார்த்துக் கொள்ளாமல் அவ்வப்போது வரும் கோப்பைகளையும் கேடயங்களையும் கண்டு மயங்கிவிடக் கூடாது. என் நண்பனுக்கு அந்த வழிகாட்டுதல் கிட்டவில்லை.

ஆயிரக்கணக்கான நல்ல ஆட்டக்காரர்கள் ஒவ்வொரு மாநிலத்திலும் இருக்கிறார்கள். ஆனால் ஒரு தேசியக் குழுதான்.

நான் சிறுவனாக இருந்த நாட்களில் கிரிக்கெட் ஆட்டமே மிகவும் குறைவு. இன்று வேறு விதமான பிரபுத்துவம் இருந்தால் அன்று சம்பிரதாய பிரபுத்துவம் இருந்தது. நான் இன்னும் பூபதியை அடிக்கடி நினைத்துக் கொள்கிறேன். அவருக்கு ரயில்வேயில் எழுத்து வேலை. ஞாயிற்றுக்கிழமையல்லாத நாட்களில் ஆட்டம் என்றால் அவர் விடுப்பு எடுத்துக் கொள்ள வேண்டும். அவர் மேலதிகாரி தீவிர கிரிக்கெட் விரோதியாக இருக்கக் கூடும். அப்போது அவருடைய கொடுங்கோன்மையை எதிர்கொள்ள வேண்டும். பூபதி, பாவம், தென்னிந்திய அளவில்கூட ஆட முடியவில்லை. பிரபு பரம்பரையைச் சேர்ந்த குலாம் அகமதே நாற்பது வயது வரும்போதுதான் முறையான வாய்ப்பு பெற்றார்.

ஒருமுறை சென்னையும் (அந்த நாளில் மெட்ராஸ் என்றுதான் அந்தக் குழுவுக்குப் பெயர்) ஹைதராபாத்தும் ஆடின. அந்த ஆட்டத்தில் இருவர் ஒரே இன்னிங்ஸில் ஒன்பது விக்கெட்டுகள் வீழ்த்தினார்கள்.

தினமணி கதிர், 21.5.2006

இந்த நகரத்தில் திருடர்களே இல்லை!

நான் சமீபத்தில் படித்து ரசித்த புத்தகம், 'இந்த நகரத்தில் திருடர்களே இல்லை'. இந்த நூலுக்குக் காரணமானவர் நான் ஒரு கலைஞராகக் கருதும் இளைஞர் ராஜ கோபால்.

இந்த நூலுக்கும் கிரிக்கெட்டுக்கும் என்ன சம்பந்தம்? கிரிக்கெட் குழு 11 பேர் கொண்ட குழு. 'இந்த நகரத்தில்' . . . நூலும் பதினொரு லத்தின் அமெரிக்கச் சிறுகதைகள் கொண்ட தொகுப்பு, கிரிக்கெட் குழுவுக்கு ஒரு பன்னிரெண்டாவது ஆட்டக்காரர் இருப்பார். இந்த நூலுக்கும் பன்னிரெண்டாவது பகுதியாக ஒரு பின்னிணைப்பு இருக்கிறது. என்னை அதுதான் மிகவும் கவர்ந்தது. அதில் ஒரு வரி: காப்பிரியல் கார்சிய மார்க் வெஸ் பாரிஸ் நகரில் தெருவில் போகும் ஒருவரை, அடையாளம் கண்டுகொண்டு தன்னையறியாமல் 'மேஸ்ட்ரோ!' என்று கத்துகிறார். அவர் அப்படி கத்தியது

எர்னெஸ்ட் ஹெமிங்வேயைப் பார்த்து. ஹெமிங்வே கையைத் தூக்கி அன்புடன் ஆனால் உறுதியுடன் ‘போய் வா நண்பனே’ என்கிறார்.

நான் ஜி.ஆர். விஸ்வநாத்தைக் கண்டபோதும் அப்படித்தான் கத்தினேன். நான் விஸ்வநாத்தைவிடப் பதினைந்து இருபது ஆண்டுகளாவது மூத்தவன். ஆனால் அபிமானத்திற்கு வயது கிடையாதோ என்று நினைக்கிறேன்.

பெங்களூர் நகரில் மூன்றில் ஒரு பங்கு தமிழர். அநேகம் பேர் தலைமுறை தலைமுறையாக அங்கிருப்பவர்கள். மாஸ்தி வெங்கடேச ஐயங்கார், ஆர்.கே. நாராயணன், மண்டயம் ஐயங்கார்கள் என்று ஒரு பெரிய பட்டியல். குமரவேல் என்ற மகத்தான புகைப்படக் கலைஞர் எல்லாரும் கர்நாடகாவில் வசித்து மகத்தானவர்கள் ஆனவர்கள்.

விஸ்வநாத் கர்நாடகத்தைச் சேர்ந்தவர். ரஞ்சி டிராபி தொடங்கியதே சென்னை – மைசூர் (கர்நாடகா) ஆட்டத்தோடுதான். அது ஒரே நாளில் முடிந்துவிட்டது. மைசூர்க்காரர்களைச் சென்னை இருமுறை அவுட் செய்து வெற்றியும் பெற்றுவிட்டது.

ஆனால், கடந்த முப்பது ஆண்டுகளில் தேசிய அளவில் மகத்தான கிரிக்கெட் கலைஞர்களை கர்நாடகா உருவாக்கியதுபோல வேறெந்த மாநிலமும் செய்யவில்லை. பம்பாய் என்று யாரோ மூலையில் குரலெழுப்புகிறார். தேசிய கிரிக்கெட் அமைப்பு பம்பாயிலிருந்து இயங்கி வந்திருக்கிறது. அப்படித்தான் பல சந்தர்ப்பங்களில் விசேஷத் திறமை பெறாத பம்பாய் ஆட்டக்காரர்கள்கூட தேசியக் குழுவில் பங்கு பெற்றிருக்கிறார்கள். ஆனால் கர்நாடகா அப்படி அல்ல.

விஸ்வநாத்தை யாரும் வெறும் ஆட்டக்காரராக நினைக்கவில்லை. அவர் ஒரு கலைஞராகத்தான் தோற்றமளித்தார். மிகவும் சாது. பொன்விழா ஆட்டம் என்று இந்தியாவுக்கும் இங்கிலாந்துக்கும் பம்பாயில் ஒரு டெஸ்ட் பந்தயம் நடந்தது. அதில் ஒரு இங்கிலாந்து

ஆட்டக்காரரை நடுவர் 'அவுட்' என்று சொல்லிவிட்டார். ஆனால் விஸ்வநாத் அவர் அவுட்டில்லை என்று சொல்லி மீண்டும் ஆடவைத்தார். அந்த ஆட்டத்தில் இந்தியா தோற்றுப் போயிற்று. அதேபோல ஒரு ரஞ்சிக் கோப்பை இறுதி ஆட்டம். கர்நாடகாவும் டில்லியும் டில்லியில் ஆடுகின்றன. கர்நாடகா ஆட்டக்காரர்கள் விசேஷமாக ஆடுகிறார்கள். ஆறு பேர்தான் அவுட். எண்ணிக்கை 600. விஸ்வநாத் ஆட்டம் போதும் என்று சொல்லி டில்லி ஆட வாய்ப்புத் தந்தார். டில்லி 600க்கு மேல் எடுத்துவிட்டது. அன்றிருந்த விதிகளின்படி கர்நாடகா தொடர்ந்து ஆடியிருக்கலாம். அதாவது எல்லா ஆட்டக்காரர்களும் அவுட் ஆகும்வரை ஆடியிருக்கலாம். அப்போது எண்ணிக்கை 700, 800கூடப் போயிருக்கும். அந்த விதி விஸ்வநாத்துக்குத் தெரியாது. டில்லி ஜெயித்துவிட்டது.

விஸ்வநாத் கர்நாடகாவுக்கு ஆடிய நாட்களில் கர்நாடகாவின் ஒவ்வொரு ஆட்டக்காரரும் ஒரு தேசிய ஆட்டக்காரரானார். பிரிஜேஷ் படேல், சந்திரசேகர், பிரசன்னா, கிர்மானி, பின்னி, ஸ்ரீநாத். இது தொடர்ந்து சுனீல், ஜோஷி, வெங்கடேச பிரசாத், டிராவிட் என்று வளர்ந்துவருகிறது.

அதெப்படி ஒரு மாநிலத்தில் இவ்வளவு ஆட்டக்காரர்கள்? பல மாநிலங்களில் ஒரு நபர்கூட இல்லையே என்று கேட்கலாம். எனக்குக் கர்நாடகாவின் தட்பவெப்ப நிலை கிரிக்கெட் ஆட்டத்துக்கு உகந்ததாகத் தோன்றுகிறது. டில்லி, பம்பாய் போன்ற நகரங்களில் திறமை இல்லை என்று கூற முடியாது. ஆனால் செல்வாக்கு அம்சம் எல்லாரையும் பாதித்துவிடுகிறது.

மாநிலக் குழுவிலேயே இடம் பிடிப்பது வெறும் திறமையை மட்டும் அடிப்படையாகக் கொண்டதா? தமிழ்ச் சமூகத்தில் என்ன இயக்கங்கள் தமிழர் வாழ்க்கையை நிர்ணயிக்கின்றனவோ அவை எல்லாத் துறைகளிலும் செயல்படும் என்று எதிர்பார்ப்பது தவறாகாது.

ஆடிய ஆட்டமென்ன

ஹரியானாவே ஒரு புது மாநிலம். (சென்னை, மைசூருடன் ஒப்பிடும்போது.) அங்கிருந்து கபில்தேவ் என்பவர்தான் தேசியக் குழுவில் சிறிது நீடித்து இடம் வகித்தார். இப்போது தோனி ஜார்க்கண்டு மாநிலத்திலிருந்து வந்திருக்கிறார். முஷரஃப்கூட தோனியின் முடியைப் பாராட்டுகிறார். தோனி தொடர்ந்து நன்றாக விளையாட வேண்டும்.

இறுதியாக, ராஜகோபால் தொகுத்த புத்தகம் சென்னையில் 'நிழல்' என்ற பதிப்பகத்திலிருந்து வெளி வந்திருக்கிறது. ஒரு நல்ல புத்தகம், ஒரு நல்ல கிரிக்கெட் ஆட்டத்தைப் பார்த்து ரசிப்பதுபோல.

தினமணி கதிர், 28.5.2006

'என்னைக் கண்டாலே ஓடுகிறார்கள்'

இவர் நடந்தாலே பூமி அதிரும். வேகப் பந்து வீச்சாளர்கள் அநேகமாக எல்லாருமே பூமி அதிரத்தான் ஓடி வந்து பந்தை வீசுவார்கள். தடதடவென்று அந்த இங்கிலாந்து வேகப் பந்து வீச்சாளர் ஓடி வந்து பந்தை வீசினார். அவரை எதிர்த்து நின்ற இந்திய ஆட்டக்காரர் அவுட்.

அது இங்கிலாந்து லீட்ஸ் மைதானம். அதே மைதானத்தில் பிராட்மன் இங்கிலாந்து ஆட்டக்காரர்களை அழஅழ வைத்திருக்கிறார். ஆனால், இப்போது பூஜ்யத்திலேயே இந்தியாவின் புகழ்மிக்க துவக்க ஆட்டக்காரர் ஆட்டமிழந்துவிட்டார்.

இந்தியாவில் ஒரு நல்ல துவக்க ஆட்டக்காரர் என்று பெயர் பெற்றவர் அடுத்து வந்தார். இவர் கவாஸ்கருக்கு மாமா முறையாக வேண்டும். இவரை முன்மாதிரியாகக்

கொண்டுதான் பின்னர் கவாஸ்கர் அவ்வளவு பெரிய ஆட்டக்காரரர் ஆனார் என்பார்கள்.

அந்த வேகப் பந்து வீச்சாளர் மீண்டும் தடதட வென்று ஓடி வந்தார். பந்தை வீசினார். இந்திய ஆட்டக்காரரின் விக்கெட் எகிறி விழுந்தது.

மூன்றாமவர் வரச் சிறிது நேரம் ஆயிற்று. இவ்வளவு சீக்கிரத்தில் களத்தில் இறங்க வேண்டும் என்று எதிர்பார்க்கவில்லை. இவரையும் பூஜ்யத்திலேயே இன்னொரு பந்து வீச்சாளர் அவுட் செய்துவிட்டார். இந்தியக் குழுவின் ஓட்டங்கள் எண்ணிக்கை இன்னும் பூஜ்யத்திலேயே இருந்தது.

முதல் இன்னிங்ஸில் சதம் அடித்தவர் அடுத்து வந்தவர். முதலில் பந்து வீசியவர் ஓடி வந்து பந்தை வீசினார். சதம் அடித்தவரின் விக்கெட்டும் சிதறியது. நான்கு ஆட்டக்காரர்கள் அவுட். ஆனால் ஓட்டமேதும் கிடையாது. பூஜ்யம்தான்.

இப்போது ஹஸாரே வந்தார். அவரும் இன்னொரு வருமாகச் சேர்ந்து இருப்பத்தாறு ஓட்டங்கள் எடுத்தார்கள். அவரும் அவுட். இப்போது ஹஸாரேயுடன் ஃபட்கர் ஜோடி சேர்ந்தார். ஏதோ ஒருமாதிரி சுதாரித்து 165 ஓட்டங்கள் இந்திய அணி எடுத்தது. இங்கிலாந்து அணி 124 ஓட்டங்கள் எடுக்க வேண்டியிருந்தது. அதை மூன்று ஆட்டக்காரர்களை மட்டுமே இழந்து ஏழு விக்கெட் வித்தியாசத்தில் வெற்றி பெற்றது.

இந்த ஆட்டத்தில்தான் இங்கிலாந்து வேகப் பந்து வீச்சாளர் ட்ருமன், 'நான் ஓடி வரும்போதே இந்தியர்கள் ஓடிவிடுகிறார்கள்' என்று கிண்டலாகச் சொன்னார். அதுதான் அவருக்கு முதல் டெஸ்ட் பந்தயம். வேகப் பந்து என்றால் எல்லா ஆட்டக்காரர்களும் சற்று கவனமாகத்தான் இருப்பார்கள். முதல் இன்னிங்ஸில் இந்தியா நன்றாகவே ஆடியிருந்தது. இரண்டாவது இன்னிங்ஸில் பூஜ்யத்தில்

நான்கு பேர் அவுட்டானது இதுவரை மிஞ்சப்படவில்லை. ட்ருமன் இன்னும் பல சாதனைகள் புரிந்தார். டெஸ்ட் ஆட்டங்களில் முதலில் 300 விக்கெட்டுகள் வீழ்த்தியது அவர்தான்.

இந்த ஆட்டத்தில் தமிழ்நாட்டைச் சேர்ந்த சி.டி. கோபிநாத் ஆடினார். முதல் இன்னிங்ஸில் பூஜ்யம். இரண்டாவதில் எட்டு ஓட்டங்கள். இதற்குப் பிறகு அவர் டெஸ்ட் பந்தயமே ஆடவில்லை. ஆனால் அவர் நன்றாக ஆடிய டெஸ்ட் ஆட்டங்களும் உண்டு .

எங்கள் ஆட்டங்களிலும் இப்படியெல்லாம் நடந்திருக்கிறது. ஆனால், சமாளித்து வெற்றி பெற்ற பந்தயங்களும் உண்டு. ஆட்டமிழப்பது என்பது ஒரு கண நேரத்தில் நடப்பது. அந்த ஒரு கணம் சரியாக ஆடாததால் இறுதி தண்டனை. ஆனால் தவறே செய்யாமல் ஆட்டம் இழப்பதும் உண்டு. அது ‘ரன் அவுட்’ ஆவது. ரன் அவுட் ஆவதில் தற்போதைய இந்திய அணித் தலைவர் டிராவிட் மன்னன். நன்றாக ஆடி எல்லாப் பந்து வீச்சாளர்களும் சோர்ந்துபோயிருக்கும் நேரத்தில் அவர் ‘ரன் அவுட்’ ஆகிவிடுவார்! பெரிய பந்தயங்களில் தியாகம் என்பது கிடையாது. ஒவ்வொரு ஆட்டக்காரனும் அவனுடைய நலனில் கவனமாயிருப்பான். டிராவிட் இன்னும் சற்று நேரம் ஆடுவது அணிக்குப் பயன் தருவதாக இருக்கும் ஆனால் டிராவிட் ஆட்டமிழந்து திரும்புவார்.

சுமார் நூற்றிருபது ஆண்டுகளில் கிரிக்கெட் வரலாற்றில் இதுவே ஈடு இணையில்லாத டெஸ்ட் பந்தயம் என்று ஒன்றிருக்கிறது. அது ஆஸ்திரேலியாவுக்கும் மேற்கிந்தியத் தீவுக்கும் நடந்த பந்தயம். வருடம் 1960. களம் ஆஸ்திரேலிய நகரமாகிய பிரிஸ்பேன்.

மேற்கிந்தியத் தீவுகள் அணி முதலில் 453 ஓட்டங்கள் குவித்தது. கிரிக்கெட் ஆட்டத்தின் மகத்தான ஆட்டக்காரர் களில் ஒருவர் என்று இன்றும் போற்றப்படும் சோபர்ஸ்

சதமடித்தார். (இங்கிலாந்தில் ஒரு பந்தயத்தில் ஒரு பந்து வீச்சாளர் வீசிய ஆறு பந்துகளையும் சிக்ஸர் அடித்த கொடூர மனதுடையவர்!) மேற்கிந்தியத் தீவை தொடர்ந்து ஆஸ்திரேலியா ஆடி, 505 ஓட்டங்கள் குவித்தது. அடுத்து மேற்கிந்தியத் தீவு அணி இரண்டாவது இன்னிங்ஸில் 284 எடுத்தது. ஆஸ்திரேலியா 233 எடுத்தால் வெற்றி. ஆனால் நூறு ஓட்டங்கள் எடுப்பதற்குள் ஆறு முக்கிய ஆட்டக்காரர்கள் அவுட். ஆஸ்திரேலியா தோற்றுவிடும் என்றுதான் அவர்களே எண்ணினார்கள். ஆனால், அவர்கள் தலைவர் ரிச்சி பெனாட் ஒரு பந்து வீச்சாளரோடு ஜோடி சேர்ந்து 226 கொண்டு வந்துவிட்டார். இன்னும் ஏழே ஓட்டங்கள் எடுக்க வேண்டும் அவ்வளவுதான்.

ஆனால் கைக்கெட்டியது வாய்க்கெட்டவில்லை. முதலில் ரிச்சி பெனாட் அவுட்டானார். ஆனால் இன்னும் மூன்று பேர் உண்டல்லவா?

ஒருவர் வந்தார். இரண்டு ஓட்டங்கள் எடுத்தார். 'ரன் அவுட்' ஆனார். இன்னும் ஐந்தே ஓட்டங்கள் தேவை. அடுத்த ஆட்டக்காரர் வந்தார். அவர் இரண்டு ஓட்டங்கள் எடுத்தார். அவரும் 'ரன் அவுட்'. இப்போது கடைசி ஜோடி. அதில் ஒருவர் சுமாராக ஆடக்கூடியவர். பார்க்கப் போனால் அப்போது அவருடைய ஓட்டங்கள் 78. அவர் இரண்டு எடுத்தார். இப்போது இரண்டு அணிகளும் தலா 737 ஓட்டங்கள் எடுத்திருந்தன. ஆஸ்திரேலியா வெற்றிக்கு ஒரே ஒரு ஓட்டம் தேவை.

ஆனால் அதுவரை நன்றாக ஆடிக்கொண்டிருந்தவர் 'ரன் அவுட்' ஆனார்! அதாவது கடைசி மூன்று விக்கெட்டு களும் 'ரன் அவுட்'.

தினமணி கதிர், 4.6.2006

இரட்டைச் சதம் போட்ட இப்ராகிம்!

இன்று ஓர் அயல்நாட்டுக் குழு சுற்றுப் பயணம் செய்தால் அது ஆடுவது எல்லாம் டெஸ்ட் பந்தயம் அல்லது ஒரு நாள் பந்தயம். நூறு கோடி மக்கள் தொகை உள்ள இந்த நாட்டின் இருப்பது, இருபத்தைந்து பேர் மட்டும் இந்தப் பந்தயங்களில் ஆடிக் கொண்டிருப்பார்கள். இது கடந்த இருபது ஆண்டுகளாகத்தான். அதற்கு முன் ஒரு அயல் நாட்டுக் குழு ஓர் இந்திய நகருக்குச் சென்றால் அந்தப் பிராந்தியத்து ஆட்டக்காரர்களோடு மூன்று அல்லது நான்கு நாட்கள் ஆட்டமாக ஆடும். இதனால் பல உள்ளூர் ஆட்டக்காரர் களுக்கு நல்ல தேர்ச்சி பெற்றவர்களோடு ஆடும் வாய்ப்புக் கிட்டும்.

ஆனால், அப்போதும் சில கோணல்கள் ஏற்படும். அகமதாபாத் நிர்வாகம் சில டெஸ்ட் ஆட்டக்காரர்களைச் சேர்த்துக்கொள்ளும். புணே அணி வேறு சில டெஸ்ட் ஆட்டக்காரர் களை அழைத்துக்கொள்ளும். இது பொறுக்க முடியாத ஓர் அயல்நாட்டுக் குழுவின் மானேஜர்

"இதென்ன, ஒவ்வொறு ஆட்டத்தையும் ஒரு டெஸ்ட் பந்தயம் மாதிரிச் செய்து விடுகிறீர்களே!" என்று கூச்சலிட்டார். அதன் பிறகு சில நாட்கள் இந்திய நிர்வாகிகள் சிறிது கவனத்தோடு செயல்பட்டார்கள்.

இந்தியா சுதந்திரம் அடைந்த பின் முதலில் இந்தியாவில் சுற்றுப்பயணம் மேற்கொண்ட அயல் கிரிக்கெட் குழு மேற்கிந்தியத் தீவுகள். அவர்கள் கப்பலில் வந்தார்களா, விமானத்தில் வந்தார்களா என்று தெரியவில்லை. முதல் ஆட்டம் பம்பாய்ப் பிராந்தியக் குழு. அன்று அங்கு கே.சி. இப்ராகிம் என்றொரு துவக்க ஆட்டக்காரர் இருந்தார். அவர் மேற்கிந்தியத் தீவுக்கு எதிராக இரட்டைச் சதம் போட்டார். அதே பம்பாய் அணியில் கே.கே. தாராப்பூர் என்று ஒரு சுழல்பந்து வீச்சாளர் இருந்தார். அவர் ஐந்து ஆட்டக்காரர்களை வீழ்த்தினார். ஆட்டம் வெற்றி தோல்வியில்லாது முடிந்தாலும் ஒரே ரன்கள் குவிப்பு, விக்கெட்டுகள் சாய்ப்பு என்று இருந்தது.

கே.சி. இப்ராகிமை டெஸ்ட் கோஷ்டியில் சேர்த்துக் கொண்டார்கள். முதல் முறை ஆடும்போதே அவர் 85 ஓட்டங்கள் எடுத்தார். அதன் பிறகு ஒவ்வொரு ஆட்டத்திலும் எண்ணிக்கை குறைந்துகொண்டேவந்து கட்டெறும்பாகிவிட்டது. ஜோன்ஸ் என்ற வேகப் பந்து வீச்சாளர் பந்து வீச வந்தாலே இவர் நான்கடி தள்ளி நிற்பார் என்று சொன்னார்கள். இவர் ட்ரூமன் பந்து வீச்சை எதிர்கொண்டால் எப்படி இருந்திருக்கும்? அப்படி நேராமல் அவரை வீட்டுக்கு அனுப்பிவிட்டார்கள்.

ஐந்து டெஸ்ட் பந்தயங்களில் மேற்கிந்தியத் தீவு ஒன்றைத்தான் வென்றது. மீதி நான்கும் வெற்றி தோல்வியில்லாது முடிவுற்றன. ஒரு பந்தயத்தில் இந்தியா ஜெயித்திருக்கும். ஒருவர் கூடாது என்று கூறிவிட்டார். அவர் பாரி வம்சத்தவராக இருக்க வேண்டும்.

சில பிராந்திய ஆட்டங்களில் மேற்கிந்தியத் தீவுகள் அணி ஜெயித்தது. தென்னிந்திய அணியை அது

தோற்கடித்தது என்று நினைக்கிறேன். எப்பேர்ப்பட்ட ஆட்டக்காரர்கள்! வீக்ஸ், வால்காட், ரே, ஸ்டால்மெயர், கோடார்ட், கிறிஸ்தியானி, அட்கின்ஸன்... தோல்வியறியா அணியாக வலம் வந்த இந்த அணி கிழக்குப் பிராந்தியம் என்ற அணியோடு ஜம்ஷெட்பூரில் நான்கு நாட்கள் ஆட்டம் ஆடியது. எல்லா இடங்களிலும் விளாசித் தள்ளிய வீரர்கள் தட்டுத் தடுமாறி இருநூறு ஓட்டங்கள்தான் எடுத்தார்கள். யாருமே கேட்டறியாத சவுத்திரி என்பவர் ஏழு விக்கெட்டுகளை வீழ்த்தினார். அப்புறம் கிழக்குப் பிராந்திய அணி ஆடத் தொடங்கியது. நூற்றைம்பதுக்குள் எட்டு ஆட்டக்காரர்கள் அவுட். அப்புறம் யாருக்கும் விவரமே புரியாதபடி ஓட்டங்கள் அதிகரித்துவந்தன. இருநூறு, முன்னூறு, நானூறு! ஒரு வங்காளச் சிறுவன் 101 ஓட்டம் எடுத்து கடைசி வரை அவுட்டாகவில்லை. எஸ்.கே. கிரிதாரி என்பவர் 88.

இரண்டாவது இன்னிங்ஸில் மேற்கிந்தியத் தீவுகள் அணி சம்ஹாரம் செய்யப்போகிறது என்று எதிர்பார்த்தார்கள். ஆனால் இம்முறை சவுத்திரியுடன் கிரிதாரியும் விக்கெட்டுகளை வீழ்த்தினார். கடைசியில் கிழக்குப் பிராந்தியம் ஏழு ஓட்டங்கள் எடுக்க வேண்டியிருந்தது. பத்து விக்கெட்டுகள் வித்தியாசத்தில் ஆட்டத்தை ஜெயித்துவிட்டது!

அதன் பிறகு சவுத்திரி ஒரு டெஸ்ட் பந்தயம் ஆடினார். அதோடு அவர் மறைந்துபோனார். ஆனால் சதமடித்த வங்காள இளைஞர் தொடர்ந்து ஆடிப் பல சதங்கள் அடித்தார். இன்றும் உலக சாதனை ஒன்றில் அவர் பெயர் இருக்கிறது. ஆனால் அவரைக்கூட "என்னைக் கண்டாலே ஓடிவிடுகிறார்" என்று ட்ரூமன் கிண்டல் செய்தார். கிண்டல் செய்தாலும் இரண்டு ஆட்டக்காரர்கள் பெயரும் சாதனையாளர்கள் பட்டியலில் இருக்கின்றன. அந்த வங்காள இளைஞர்தான் பங்கஜ் ராய்.

தினமணி கதிர், 11.6.2006

பத்துக்கு ஒன்பது

எங்கள் கோஷ்டியில் ஜகன் என்றொரு பையன் இருந்தான். (இன்று அவருக்கு 76, 77 வயதிருக்கும்) மட்டை பிடிப்பது வலது கையில். பந்து வீசுவது இடது கையினால். இடது கைச் சுழற் பந்து வீச்சாளர்களுக்கே உரித்தான 'கொக்கி' இருக்கும். மற்றவர்கள் வீசுவது நேர்க்கோட்டில் சென்று தரையைத் தாக்கினால் இந்த இடது கைக்காரர்கள் வீசும் பந்து ஒரு வானவில்போலப் பாதை அமைத்துக்கொள்ளும். ஜார்ஜ் டிரைப், பிஷன் சிங் பேடி, முரளி கார்த்திக் எல்லோருக்கும் இந்த வானவில் இருக்கிறது (அல்லது இருந்தது).

ஜகன் நன்றாகப் பந்து வீசுவான். மட்டையாட்டமும் திறமையாக இருக்கும். அது மட்டுமல்ல. அவன் மிக நன்றாகப் பம்பரம் விடுவான். கால் பந்து விளையாடுவான். கில்லி தாண்டுவில் புலி.

இவ்வளவு நல்ல ஆட்டக்காரனை நம்ப முடியாது. நான் கூடாது, முடியாது,

வேண்டவே வேண்டாம் என்றாலும் தினம் ஒரு வம்புச் செய்தி கொண்டுவந்துவிடுவான்.

இந்த வம்பின் ஆதார ஊற்று எனக்குத் தெரியும். அந்தப் பையன் எப்போது பார்த்தாலும் முணுமுணுத்துக் கொண்டே இருப்பான். இது தாங்காமல் நான் அவனுக்குப் பந்தய ஆட்டங்களில் பந்து வீசத் தருவேன். அவன் ஃபுல் டாஸாகப் போட்டு எதிர்த் தரப்புக்கு உதவுவான். பந்து பிடிக்க வந்தால் கோட்டைவிட்டுவிடுவான். ஆனால் முணுமுணுப்பு ஓயாது. அவன் என்ன முணுமுணுக்கிறான் என்று பொறுப்பாக ஜகன் என்னிடம் வந்து சொல்வான். நான் யாரிடம் சண்டைபோடுவது என்று தெரியாமல் விழிப்பேன்.

எங்கள் ஹைதராபாத் அணியில் இப்படி முணுமுணுப்பவர்கள் இருக்க முடியாது. ஓரிருவரைத் தவிர மற்றவர்கள் எல்லோரும் கிரிக்கெட்டையே விளையாட்டாகத்தான் கருதுவார்கள். பூபதி தவிர.

இன்றுள்ள சாதனைப் பட்டியல் எதிலாவது பூபதி பெயர் இருக்குமாவென்று தேடிப் பார்த்தேன். கிடைக்கவில்லை. ஓராண்டில் குறைந்தது 25 விக்கெட்கள் எடுக்க வேண்டும். ஆடின ஆண்டுகளில் குறைந்தபட்சமாக 100 விக்கெட்டுகள் எடுக்கவேண்டும். அந்த நாளில் அது சாத்தியமே இல்லை. இன்று ஒரு ரஞ்சி டிராபி அணி எவ்வளவு மோசமாக ஆடினாலும் குறைந்தது ஐந்து ஆட்டங்கள் ஆட வாய்ப்புக் கிடைக்கும். அந்த நாளில் ஒவ்வொரு ஆட்டமும் 'நாக் அவுட்'. தோற்ற கட்சி இன்னொரு அணியோடு ஆட அனுமதி கிடையாது. ஹைதராபாத் அணி சென்னை அணியை வென்றுவிடும். ஆனால், அடுத்த ஆட்டம் பம்பாய் அல்லது மகாராஷ்டிரா அல்லது பரோடாவாக இருக்கும். யார் வெல்வார்கள் என்பதில் ஹேஷ்யம் இருக்காது. எவ்வளவு மோசமாகத் தோற்கடிக்கப்படும் என்பதுதான். இதனாலேயே பாவம்,

பூபதி, பரத்சந்த், குலாம் அகமது போன்றவர்கள் ரஞ்சி வரலாற்றின் சாதனையாளர்கள் பட்டியலில் இடம் பிடிக்கவில்லை.

சென்னையும் ஹைதராபாத்தும் ஆடின. இந்த ஆட்டம் ஆர்.ஆர்.சி. மைதானத்தில் நடந்தது. அதாவது ரெயில்வே ரிக்ரியேஷன் கிளப் மைதானம். இந்த ஆட்டம் இந்தியா சுதந்திரம் அடைந்த ஆண்டு நடந்தது. ஹைதராபாத்தில் நிலைமை சரியில்லை. ஆனால் கிரிக்கெட் பந்தயம் நடந்துவிட்டது.

முதலில் ஹைதராபாத் ஆடி கணிசமான ஓட்டங்கள் எடுத்துவிட்டது. அன்று முழு நாளும் நான் பெவிலியனில் இருந்தேன். ஆட்டக்காரர்களை அவுட் செய்தவர் பெயர் திரும்பத் திரும்ப வந்தது. கே.எஸ். கண்ணன். ஒன்று இரண்டல்ல, ஒரே இன்னிங்ஸில் ஒன்பது விக்கெட்டுகள். கே.எஸ். கண்ணனும் ஒரு சுழற் பந்து வீச்சாளர்தான். அவர் பூபதியின் இன்னொரு பிரதியாக எனக்குத் தெரிந்தார். கிரிக்கெட் பந்தயம், அதிலும் ரஞ்சி பந்தயம். ஆனால் உயர் அதிகாரி எளிதில் லீவு தரமாட்டார்.

ஹைதராபாத்தைத் தொடர்ந்து சென்னை ஆடத் தொடங்கியது. குலாம் அகமது பந்து வீச வந்தார். ஒருவர் அவுட். இன்னொருவர். மறுபடியும் ஒருவர். இப்படிச் சொல்லி வைத்து ஆடுவது போலச் சென்னைக்காரர்கள் ஒன்பது பேர் குலாம் அகமதிடம் அவுட் ஆனார்கள். ஆனால் இரண்டாவது இன்னிங்ஸ் பரபரப்பு ஏதும் இல்லாமல் சென்னை தோற்றுப்போய்விட்டது.

எனக்கு யாரைப் பார்த்துக் கை தட்டுவது என்று தெரியவில்லை. குலாம் அகமதுக்கு இந்திய அணியில் இடம் கிடைக்கும் என்று நினைத்தேன். இல்லை. அவருக்கு இடம் கிடைத்தபோது அவர் பாதிக் கிழவர் ஆகிவிட்டார். அவர் மோசமான ஃபீல்டர் என்று பெயர் பெற்றவர். ஆனால் எங்கள் கல்லூரியில் அவர் ஃபீல்டிங் பயிற்சிதான் எங்களுக்குத் தருவார். கண்ணன், பூபதி போல

அவர் பந்து வீச்சு இருக்காது. அவர்கள் உண்மையாகவே ‘ஸ்லோ’ வீச்சாளர்கள். குலாம் அகமது பந்து வேகமாகவே இருக்கும். அதிலும் பாய் விரித்த ஆடுகளத்தில் அவர் ‘ஆஃப் பிரேக்’ போட்டால் அது சீறிக்கொண்டு வரும். தாமதமாக ஆட வாய்ப்புக் கிடைத்தாலும் இருபத்திரண்டு டெஸ்ட் பந்தயங்கள் ஆடிவிட்டார். இரண்டு மூன்று பந்தயங்களில் இந்தியா வெல்லக்கூடிய அளவுக்கு அவருடைய பந்து வீச்சு இருந்தது. ஒரு டெஸ்ட் பந்தயத்தில் அவர் தலைவனாகக் கூட இருந்தார். ஆனால், அந்த ஆண்டு இந்தியா எல்லா டெஸ்ட் பந்தயங்களிலும் தோற்றுப்போயிற்று. தோல்வி வெற்றிக்குப் படிக்கட்டு என்பார்கள். இந்தியாவுக்கு ஐம்போ படிக்கட்டு.

தினமணி கதிர், 18.6.2006

முதல் வெற்றி

இங்கிலாந்து நாடு பல நேரங்களில் ஒரு புதிராகத் தோற்றமளிக்கும். கிரிக்கெட் வரையில் அது பல புதிர்களை வைத்திருந்தது. அங்கே லண்டன் நகரில் மேரில்போர்ன் கிரிக்கெட் குழு என்று எப்போதோ அமைக்கப் பட்டதை அவர்கள் இங்கிலாந்தின் தேசியச் சின்னமாகவும் அணியாகவும் வைத்திருந்தார்கள். ஆஸ்திரேலியா, இந்தியா என்று டெஸ்ட் பந்தயக் குழுக்கள் அவரவர்கள் நாட்டின் பெயரையே கொண்டிருந்தபோது, இங்கிலாந்து மட்டும் எம்.சி.சி.! (அதாவது மேரில்போர்ன் கிரிக்கெட் கிளப்.) சில ஆண்டுகளாகத்தான் இங்கிலாந்தின் தேசிய அணி இங்கிலாந்து அணியாகப் பெயர் கொண்டிருக்கிறது.

அணித் தலைவரும் ஒரு புதிர். மைக் பிரெயாலி என்ற ஆட்டக்காரர். அவர் பந்து வீச மாட்டார். சதமே அடித்தது கிடையாது. அவர் பல ஆண்டுகள் இங்கிலாந்து அணியின் தலைவராக இருந்தார். நார்மன் யார்ட்லி,

ஃபெரிட்டி பிரௌன் என ஒரு பட்டியல் தரலாம். இந்தியாவில் மட்டுமென்ன? ஆர்வமுள்ள பணக்காரர் என்று விஜயநகர ராஜா அணித் தலைவராக இருந்தார். நல்ல ஆட்டக்காரர்களின் மனதைப் புண்படுத்துவது அவருடைய தலைமையில் ஓர் அங்கம். அதேபோல 1946இல் மூத்த பட்டோடி நவாப் பெயருக்குத்தான் அணித் தலைவர். இங்கிலாந்து சுற்றுப் பயணத்தின்போது டெஸ்ட் பந்தயங்கள் உட்பட விஜய் மெர்ச்சண்ட்தான் தலைவராகப் பொறுப்பேற்க வேண்டியிருந்தது. இரண்டாம் உலக யுத்தம் முடிந்த பிறகு 1946ஆம் ஆண்டு இங்கிலாந்தில் சுற்றுப்பயணத்தை மேற்கொண்ட இந்திய அணி டெஸ்ட் தொடரில் தோற்றுப்போனாலும் இதர ஆட்டங்களில் பல சாதனைகள் புரிந்தது. ஏதோ ஓர் ஆட்டத்தில் முதலில் ஆடிய நான்கு பேரும் சதம் அடித்தார்கள். அதே போல இன்னொரு அணியுடன் ஆடும்போது பத்தாவது பதினொன்றாவது ஆட்டக்காரர்கள் இரண்டு பேரும் சதமடித்தார்கள். சி.டி. சர்வாத்தே, ஆர்.பி. நிம்பால்கர் என்று அவர்கள் பெயர்கள். அவர்கள் டெஸ்ட் பந்தயங்கள் சதம் அடிக்கவில்லையே தவிர நன்றாகவே ஆடி ஓட்டங்கள் எடுத்திருக்கிறார்கள்.

இரண்டாம் உலக யுத்தம் உலக கிரிக்கெட் இயக்கத்தைக் கடுமையாகப் பாதித்தது. நன்றாக ஆடிக் கொண்டிருந்தவர்கள், நன்றாக ஆடக் கூடியவர்களுக்கு ஆறு ஆண்டுகள் தொலைந்துபோயின. அந்த யுத்தத்திற்குப் பிறகு முதல் முறையாக எம்.சி.சி. அதாவது இங்கிலாந்து 1950இல் இந்தியா வந்தது. அன்று இங்கிலாந்தின் மகத்தான ஆட்டக்காரர்களாக அறியப்பட்ட லென் ஹட்டன், வாஷ்புரூக், எட்ரிச், காம்ப்டன், பெட்ஸர் முதலானோர் அக்குழுவில் இல்லை. குழுவின் தலைவர் நைகல் ஹவர்டு. அவர் ஆடிய முதல் டெஸ்ட் பந்தயமே இந்தியாவில்தான்! (நானும் தலைவனான பிறகுதானே ஆட்டமே கற்றுக்கொண்டேன்.)

இங்கிலாந்துக் குழு நன்றாக உதை வாங்கப்போகிறது என்று எல்லோரும் நினைத்தார்கள். மெர்ச்சண்ட், ஹஸாரே, (ட்ரூமன் கிண்டல் செய்த) பங்கஜ் ராய், உம்ரீகர், சி.டி. கோபிநாத், ஃபட்கர் ஆகியவர்கள் நன்கு ஆடினார்கள். பலர் சதம் அடித்தார்கள். ஆனால் மூன்று டெஸ்ட் பந்தயங்கள் வெற்றி தோல்வியில்லாமல் போக, நான்காவதில் புதுமுகம் ஹவர்ட் தலைமை வகித்த இங்கிலாந்து இந்தியாவைத் தோற்கடித்துவிட்டது!

அவமானம்! அவமானம்! (இந்தச் சொல்லைத்தான் எவ்வளவு ஆண்டுகளாகச் சொல்லிக் கொண்டேயிருக்கிறோம்?) அடுத்த ஐந்தாவது இறுதி டெஸ்ட் பந்தயம் சென்னையில்.

அந்த நாளில் ஒரு நாள் ஆட்டம் என்று கிடையாது. முதல் ரக கிரிக்கெட் பந்தயம் இந்தியாவில் நான்கு நாட்கள் நடக்கும். (இங்கிலாந்தில் மூன்று நாட்கள். ஆனால், இந்தியாவில் அன்று ஒரு நாளைக்கு ஐந்து மணிநேரம் ஆடினால் இங்கிலாந்தில் ஏழு மணிநேரம்.) இங்கிலாந்து அணி சென்னையிலேயே தென் பிராந்திய அணியோடு ஒரு பந்தயம் ஆடியது. கடைசியாக டெஸ்ட் ஆட்டம்.

இந்தியா தரப்பில் ஐந்து டெஸ்ட் பந்தயங்களிலும் ஹஸாரே தலைவர். இரண்டு முறை சதமடித்திருந்தார். அவரே நன்றாகப் பந்து வீசக் கூடியவராக இருந்தாலும் அவர் பெரும்பாலும் வினு மங்கட் என்ற ஆட்டக்காரரைத்தான் நம்பியிருந்தார். மங்கட் நம்பிக்கைக்குப் பாத்திரமாக ஒவ்வொரு டெஸ்ட் பந்தயத்திலும் இயங்கினார். இந்த ஐந்தாவது டெஸ்ட் பந்தயத்திலும்தான்.

முதலில் இங்கிலாந்து ஆடியது. மங்கட் எட்டு ஆட்டக்காரர்களை வீழ்த்தினார். ஆனால் இங்கிலாந்து 266 எடுத்துவிட்டது. இந்தியாவைப் பொறுத்தவரை அது சற்றுக் கடினமானது.

ஆனால் ரோஷம் வந்ததுபோல பங்கஜ் ராய் ஆடி 111 ஓட்டங்கள் எடுத்தார். உம்ரீகருக்கும் ரோஷம் வந்துவிட்டது.

அவர் 130 ஓட்டங்கள் எடுத்து அவுட்டாகாமல் இருந்தார். அவர் முதல் நான்கு டெஸ்ட் பந்தயங்களில் மோசமாக ஆடியிருந்ததால் அவரை ஒதுக்கி வைத்தார்கள். ஆனால் ஆட வேண்டிய ஒருவர் (ஹெமூ அதிகாரி) கையை உடைத்துக்கொண்டுவிட்டார். உம்ரீகர் அந்தச் சென்னைச் சதத்தைத் தொடர்ந்து மொத்தம் பன்னிரண்டு டெஸ்ட் சதங்களை இந்தியாவிலும் அயல் நாடுகளிலும் அடித்தார். இருமுறை இரட்டைச் சதம்.

இந்தியாவின் 457ஐத் தொடர்ந்து இங்கிலாந்து இரண்டாம் முறை ஆடியது. இப்போது மங்கட்டுடன் குலாம் அகமதும் இங்கிலாந்தைத் திணறடிக்க முடிந்தது. இந்தியாவுக்கு இன்னிங்ஸ் வெற்றி!

அன்று ஆட்ட நாயகன், தொடர் நாயகன் என்றெல்லாம் கிடையாது. அந்த ஆட்டம் என்றில்லாமல் தொடருக்குமே மங்கட், ஹஸாரே இருவருக்கும் வாரிக்கொடுத்திருக்க வேண்டும். இல்லை.

அந்த டெஸ்ட் பந்தயம் இந்தியாவுக்கு இருபத்தைந்தாவது. பந்தயம் தொடங்குவதற்குச் சில மணி நேரம் முன்பு இங்கிலாந்து அரசர் மரணமடைந்தார். ஆதலால் ஆட்டம் ஒரு நாள் தாமதமாகத் தொடங்கியது.

***தினமணி கதிர்*, 25.6.2006**

நேரடி வர்ணனை

இன்று சென்னை நகரத்தில் கறுப்பு வெளுப்பு தொலைக்காட்சிப் பெட்டி இருந்தாலும் வண்ணப்பெட்டி இருந்தாலும் மாதா மாதம் அதிகப் பணம் கொடுத்து செட்-டாப்-பாக்ஸ் என்றதொரு அமைப்பைப் பொருத்திக்கொண்டால்தான் கிரிக்கெட் டெஸ்ட் பந்தயங்களைப் பார்க்க முடியும். தாம்பரம் போனால்கூட நேரடி ஒளிபரப்பைப் பார்க்க முடியும் என்கிறார்கள். என்னுடைய 75வது வயதில் இதெல்லாம் எளிதல்ல, என்னைப் போன்றுதான் லட்சக்கணக்கான சென்னைவாசிகளும் நினைப்பார்கள் என்று நம்புகிறேன்.

இந்தியா ஒருமுறை பாகிஸ்தான் சுற்றுப் பயணம் செய்தபோதுதான் இந்த நேரடி ஒளிபரப்பு துவங்கியது. 1978ஆம் ஆண்டு. ஜாகிர் அப்பா ஸும் ஜவேத்மியான்தாத்தும் மாறிமாறி சதம் அடித்து இந்திய அணித் தலைவரான பிஷன் சிங் பேடியைக் கிரிக்கெட்டிலிருந்து ஓய்வெடுக்க வைத்துவிட்டார்கள். அன்று

நேரடி ஒளிபரப்பு சித்திரவதை செய்துகொள்வதாக இருந்தது. இதே சதங்களும் சிக்ஸர்களும் மறுநாள் பத்திரிகையில் படித்தால் அவ்வளவு கொடூரமாய் இருக்காது. இந்தியாவில் இன்று சென்னை நகரத்தில் மட்டும்தான் இந்த செட்–டாப்–பாக்ஸ் இருப்பதாகக் கூறுகிறார்கள். நாம் ஜாகிர் அப்பாஸையும் மியான்தாத்தையும் மீண்டும் ஆடச் சொல்ல இது நல்ல தருணம்.

முன்பொரு முறை நான் கூறியதுபோல எனக்கு வானொலி வர்ணனை கேட்பதுதான் சாத்தியமாக இருந்தது. மிகவும் மகிழ்ச்சி தருவதாகவும் இருந்தது. பெர்ரி சர்வாதிகாரி, நரோத்தம் பூரி என்பவர்கள்தான் எனக்கு முதலில் கேட்கக் கிடைத்த வானொலி கிரிக்கெட் நேரடி வர்ணனையாளர்கள். அந்த டெஸ்ட் தொடரில் இரு பந்தயங்கள் பம்பாயில் நடந்தன. அதில் முதல் பந்தயத்துக்கு ஏ. எஃப்.எஸ். தலையார்கான் என்பவர் ஒண்டியாக நேரடி வர்ணனை அளித்தார். அவருடைய ஒரு பதம் எனக்கு இன்றும் நினைவிலிருக்கிறது. இந்தியப் பந்து வீச்சை அவர் அகிம்சை வாய்ந்தது என்றார். மேற்கிந்தியத் தீவுகள் அணி 600 ஓட்டங்களுக்கு மேல் எடுத்தது. வினு மன்கட் எண்பது ஓவர்களுக்கு மேல் பந்து வீசினார். இதில் ‘கவிதை நியாயம்’, மேற்கிந்தியத் தீவுகளின் அணி ஏறத்தாழ மூன்று நாட்கள் பந்து வீசி, பந்து பொறுக்கிப் போட வேண்டியிருந்தது. இந்தியாவுக்கு ஃபாலோ ஆன். ஆனால், ஹஸாரே பந்தயத்தைக் காப்பாற்றிவிட்டார்.

பியர்சன் சுரேட்டா என்றொரு வர்ணனையாளர் சில பந்தயங்களுக்கு வானொலி வர்ணனை அளித்தார். அவருடைய பங்களிப்பாக ‘அக்ரிகல்சுரல் ஷாட்’ கிடைத்தது. கிரிக்கெட் ஆட்டத்தில் விவசாயத்தையும் பங்கு பெற வைத்தது. லெஸ்டர் பிரவுன், எம்.எஸ். சுவாமிநாதன் போன்ற விவசாய விஞ்ஞானிகளுக்கும் விவசாயிகளின் தற்கொலை விகிதத்தை உரக்கக் கூறித் தேர்தலில் வென்ற அரசியல்வாதிகளுக்கும் மிகுந்த மனநிறைவு தரும்.

ஆனந்த ராவ் என்றொரு வர்ணனையாளரும் மிகச் சிறிய பந்தயங்களுக்கு வர்ணனையாளராக இருந்தார். அவர் மீது குறை கூற முடியாது. ஆனால் விஜ்ஜி என்றொருவர் வந்தார். அவருடைய வர்ணனை இந்தியாவிலிருந்து கிரிக்கெட் ஆட்டத்தை விரட்டிவிடுவதற்கான முயற்சி என்று தோன்றியது.

இப்போது ஆங்கிலம், இந்தி ஆகிய இருமொழி களில் மாறிமாறி வானொலி வர்ணனை. ஒருவரும் எதையும் முழுதாகச் சொல்ல மாட்டார்கள். அவர்கள் சொன்ன விவரங்கள் என்ன என்று அடுத்த நாள் பத்திரிகையைப் பார்த்துத் தெரிந்துகொள்ள வேண்டும். அதிலும் மேற்கிந்தியத் தீவுகளில் நடக்கும் ஆட்டம் இந்தியாவில் நட்டநடுநிசியாக இருக்கும்போது நடக்கும். தூக்கத்தைக் கெடுத்துக்கொண்டு இந்த வர்ணனையை இரு நாட்கள் கேட்டேன். சென்னைக்கான தொலைக்காட்சி நிர்வாகத்தையும் வானொலி வர்ணனையாளர்களையும் நொந்து கொள்வதைத் தவிர நான் செய்ய முடியும்?

இன்று மதம் என்று வாயெடுத்தால் உடனே இரும்புக் கவசத்தைத் தேடிப் போக வேண்டியிருக்கிறது. ஆனால், ஒரு காலத்தில் அதாவது, இந்திய சுதந்திரத்திற்கு முன்பு, நான்கு முனைப் பந்தயங்கள். ஐந்து முனைப் பந்தயங்கள் என்று மிகப் பெரிய அளவில் மத அடிப்படை யில் ஆடப் பெற்றிருக்கின்றன. இவற்றுக்குத்தான் இந்தியாவில் முதலில் வானொலி நேரடி வர்ணனை இருந்ததாகக் கூறுகிறார்கள். அன்று தலையார்கான்தான் ஒண்டியாக வர்ணனை அளிப்பார். அவர் சொல்லுக்கு நிறையச் செல்வாக்கு இருந்தது. இந்தப் பந்தயங்களில் இந்து அணி, முகமதிய அணி என்று இருந்தது. ஆச்சரியமில்லை. ஆனால், பார்ஸி அணியும் சாத்தியமாக இருந்திருக்கிறது! அதாவது நான்கு நாட்கள் பந்தயம் ஆடக்கூடிய பார்ஸிக்காரர்கள் இருந்திருக்கிறார்கள். இது தவிர 'மற்றவர்கள்' என்றொரு அணி. இதில் கிறிஸ்தவர்கள், வெள்ளைக்காரர்கள் அடங்குவர். ஹஸாரேதான் இவர்கள்

தலைவர். இந்த ஆட்டங்களில் மகத்தான சாதனைகள் செய்யப்பட்டிருக்கின்றன. எந்தக் கலவரமும் கிடையாது. அந்த நாட்கள் மீண்டும் வருமா? வராது.

இதை உறுதிப்படுத்தத்தான் சென்னையில் செட்-டாப்-பாக்ஸ் இருக்கிறது போலும். நான் மீண்டும் தூக்கத்தைக் கெடுத்துக்கொண்டு வானொலிப் பக்கம் போகப்போவதில்லை.

தினமணி கதிர், 2.7.2006

ஆசிரியரின் பிற நூல்கள்
(காலச்சுவடு வெளியீடு)

18வது அட்சக்கோடு
(கிளாசிக் நாவல்)
ரூ. 275

தண்ணீர்
(கிளாசிக் நாவல்)
ரூ. 175

மானசரோவர்
(கிளாசிக் நாவல்)
ரூ. 275

கரைந்த நிழல்கள்
(கிளாசிக் நாவல்)
ரூ. 200

மணல்
(குறுநாவல்)
ரூ. 100

அசோமித்திரன்
குறுநாவல்
ரூ. 690

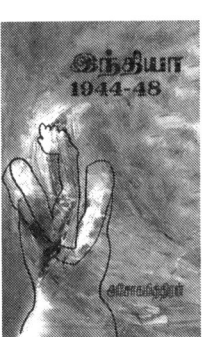

ஒற்றன்!
(நாவல்)
ரூ. 240

யுத்தங்களுக்கிடையில் . . .
(நாவல்)
ரூ. 125

இந்தியா 1944-48
(நாவல்)
ரூ. 275

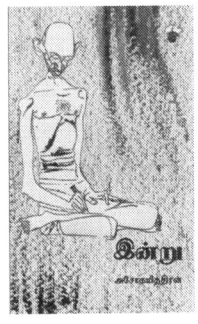

இன்று
(நாவல்)
ரூ. 125

ஆகாயத் தாமரை
(நாவல்)
ரூ. 190

ஐந்நூறு கோப்பைத்
தட்டுகள்
(கிளாசிக் சிறுகதைகள்)
ரூ. 340

வாழ்விலே
ஒரு முறை
(முதல் சிறுகதை வரிசை)
ரூ. 325

அழிவற்றது
(சிறுகதைகள்)
ரூ. 150

1945இல்
இப்படியெல்லாம்
இருந்தது . . .
(சிறுகதைகள்)
ரூ. 175

இரண்டு விரல் தட்டச்சு
(சிறுகதைகள்)
ரூ. 140

அமானுஷ்ய
நினைவுகள்
(சிறுகதைகள்)
ரூ.90

அசோகமித்திரன்
சிறுகதைகள்
ரூ. 1750

எரியாத நினைவுகள்
(கிளாசிக் கட்டுரை)
ரூ. 325

சில ஆசிரியர்கள்
சில நூல்கள்
(கட்டுரைகள்)
ரூ. 175

படைப்புக்கலை
(கட்டுரைகள்)
ரூ. 180

ஒரு பார்வையில்
சென்னை நகரம்
(கட்டுரைகள்)
ரூ. 150